KB177631

가장 쉬운 독학 베트남어 단어장

지은이 **홍빛나**

동양북스

가장 쉬운 독학 베트남어 단어장

초판 2쇄 발행 | 2023년 3월 1일

지은이 | 홍빛나
발행인 | 김태웅
편 집 | 이지혜, 김현아
디자인 | 남은혜
마케팅 | 나재승
제 작 | 현대순

발행처 | (주)동양북스
등 록 | 제 2014-000055호
주 소 | 서울시 마포구 동교로22길 14 (04030)
구입 문의 | 전화 (02)337-1737 팩스 (02)334-6624
내용 문의 | 전화 (02)337-1762 이메일 dybooks2@gmail.com

ISBN 979-11-5768-595-0 03730

이 도서의 국립중앙도서관 출판예정도서목록(CIP)은 서지정보유통지원시스템 홈페이지(http://seoji.go.kr)와
국가자료공동목록시스템(http://www.nl.go.kr/kolisnet)에서 이용하실 수 있습니다.
(CIP제어번호: CIP2020004413)

여러분은 왜 베트남어를 공부하려고 하시나요? 사업, 여행, 수능, 이민 등 여러 가지 이유가 있을 수 있겠지만 한 가지 공통점이 있다면 내가 하고 싶어서 하는 베트남어 공부이기에 그만큼 흥미를 가지고 시작할 수 있습니다. 하지만 흥미를 효율과 성취로 연결시키는 것은 결단코 쉬운 작업이 아닙니다. 다른 언어와 달리 베트남어는 비교적 최근에 각광받기 시작한 언어이기에 오랜 기간 축적되고 검증된 효과적인 학습법과 교재가 부족한 것이 사실입니다. 좀 더 효과적이고 실제적인 베트남어를 공부하고 싶은 여러분의 고민을 덜어주기 위해, 여러분들이 가진 열정을 결과로 만들어 내는 데에 도움을 드리기 위해 이 단어장을 준비했습니다.

이 단어장의 특징은 첫 번째. 필수 핵심 단어들을 담았습니다.
언어 공부의 핵심은 어휘입니다. 사용 빈도가 높고 필수적인 단어들을 시작으로 핵심 중고급 어휘들도 담았기에 베트남어를 공부하시는 분들께 안성맞춤입니다.
두 번째. 실제 각 분야에서 사용되는 생생한 단어들을 담았습니다.
저는 여러 권의 초중급 베트남어 교재뿐 아니라 베트남 여행서, 한국어 교재, 플렉스, 오픽, 수능 등 여러 분야의 베트남 교재를 저술해 왔습니다. 또한 정부기관, 정치인 통역, 기업체 통역 및 주재원 육성, 대학 강의, 수능 강의 등 수많은 활동을 해 왔습니다. 그 경험을 통해 현직에서 또 현지에서 분야별로 사용되는 생생한 단어들을 선별하고 담았습니다.
세 번째. 최신 단어들을 포함하고 예문을 통한 명확한 사용법을 담았습니다.
단어의 의미는 알지만 적재적소에 쓰지 못한다면 그것은 단어를 알고 있다고 말하기 힘듭니다. 단순히 단어의 뜻만 전달하는 것이 아닌 어떤 상황에서 어떤 뉘앙스로 쓰이는지 현지인들이 사용하는 정확한 사용법과 예시를 담았습니다.

여러분의 베트남어 도전을 응원합니다!

홍빛나 드림

이 책의 구성과 특징

이 책은 일상생활에서 잘 사용되는 단어를 예문과 함께 익힐 수 있는 초중급 단어장입니다. 총 7개의 PART이며, 하나의 PART는 5~6개의 scene으로 구성되어 있습니다. 각 scene은 주제에 맞는 단어와 예문으로 정리되어 있습니다. 발음을 확인할 수 있는 MP3 파일과 글자를 가릴 수 있는 셀로판지를 함께 이용하여 더욱 효과적으로 학습해 보세요.

▪ PART

하루 일과를 7개의 PART로 나누어 단어를 정리하였습니다. 일상생활에 자주 쓰이는 단어들로 구성했으며, 베트남 현지에서도 매우 유용합니다.

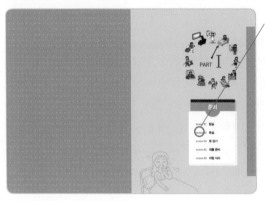

5~6개의 scene
각 PART는 일상생활의 한 장면을 주제로 한 5~6개의 scene으로 구성되어 있습니다.

■ scene

해당 scene의 주요 단어를 한눈에 볼 수 있는 그림을 통해 더욱 재미있게 단어를 공부해 보세요.

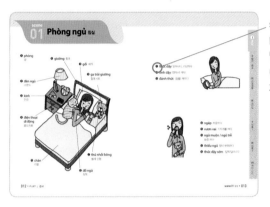

scene의 주요 단어들
MP3 파일을 들으면서
발음을 따라해 보세요.
단어 앞의 번호는 MP3
파일의 발음 순서입니다.

■ 예문으로 익히는 생활단어

해당 scene에 관련된 단어들을 예문과 함께 정리하였습니다.

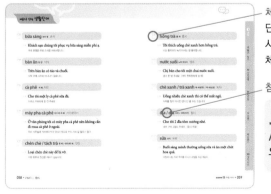

체크박스
단어 왼쪽의 체크박스를
사용하여 암기한 단어를
체크하며 공부해 보세요.

참고 내용

, 동의어
/ 왼쪽은 북부식 단어,
오른쪽은 남부식 단어

■ 실력을 확인해 보는 **연습문제**

생활단어에서 암기한 내용을 한 번 더 확인해 볼 수 있도록 연습문제 페이지를 마련하였습니다.

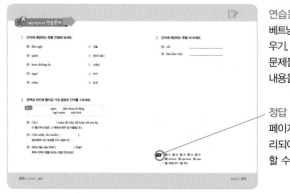

연습문제

베트남어 단어 뜻, 빈칸 채 우기, 쓰기 등 여러 유형의 문제들로 앞에서 학습한 내용을 확인해 보세요.

정답

페이지 하단에 정답이 정 리되어 있어 손쉽게 확인 할 수 있습니다.

■ 현지 생활 맛보는 **생활 회화** / 알아두면 더 좋은 **보충단어**

현지 생활 맛보는 생활 회화는 베트남에서 현지인들이 실제로 사용하는 대화들로 짧은 생활 회화를 정리하였습니다.
알아두면 더 좋은 보충 단어는 여러 가지 작은 주제들을 모아 단어를 정리하였습니다.

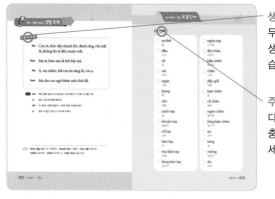

생활 속 회화

두 사람의 대화문으로 생 생한 생활 회화 표현을 학 습할 수 있습니다.

주제별 보충단어

다양한 주제로 정리된 보 충 단어들도 학습해 보 세요.

■ 찾아보기

생활단어를 사전식으로 나열하였습니다. 단어를 찾아보기 쉽도록 단어의 페이지 번호를 함께 표기하였습니다.

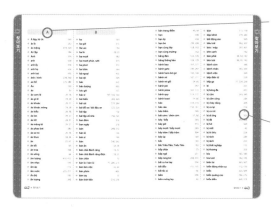

사전식으로 나열
사전순으로 분류하여 한 눈에 알아보기 쉽습니다.

페이지 번호 표기
페이지 번호를 표기하여 단어를 쉽게 찾을 수 있습니다.

학습자료 활용법!

MP3 파일

단어와 예문의 정확한 베트남어 발음을 확인할 수 있습니다. 원어민의 음성을 듣고 발음을 따라해 보세요.
MP3 파일은 동양북스 홈페이지(http://www.dongyangbooks.com)〈도서자료실〉에서 무료로 다운로드 받으실 수 있습니다.

셀로판지

생활단어의 발음, 뜻, 예문의 해석은 빨간 셀로판지로 가릴 수 있으니 암기 확인용으로 사용하세요.

차례

PART I

준비

Phòng ngủ 침실

❶ phòng
방

❿ giường 침대

❾ gối 베개

❽ ga trải giường
침대 시트

❷ đèn ngủ
스탠드

❸ kính
안경

❹ điện thoại di động
휴대 전화

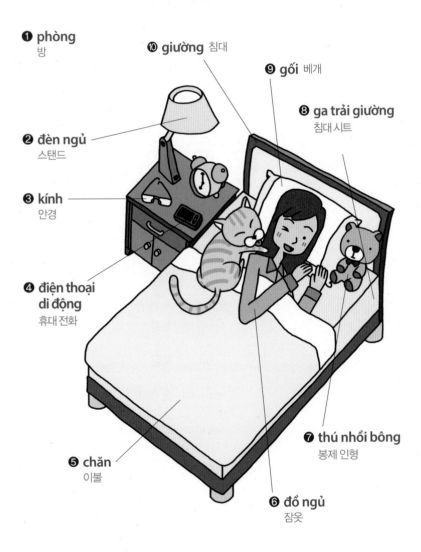

❼ thú nhồi bông
봉제 인형

❺ chăn
이불

❻ đồ ngủ
잠옷

⓫ thức dậy 일어나다, 기상하다

⓬ tỉnh dậy (잠에서) 깨다

⓭ đánh thức (잠을) 깨우다

⓮ ngáp 하품하다

⓯ vươn vai 기지개를 켜다

⓰ ngủ muộn / ngủ trễ
늦잠 자다

⓱ thiếu ngủ 잠이 부족하다

⓲ thức dậy sớm 일찍 일어나다

I 준비

II 출근 · 등교

III 사회생활

IV 집안일

V 외출 1

VI 외출 2

VII 개인시간

0001

☐ **phòng ngủ** 퐁 응우 침실

⋯▶ Nhà tôi có 3 phòng ngủ, 1 phòng khách, 2 phòng vệ sinh.

우리집은 침실 3개, 거실 1개, 화장실 2개가 있습니다.

0002

☐ **phòng** 퐁 방

⋯▶ Nhà mới của chị có mấy phòng?

언니의 새 집은 방이 몇 개 있어요?

0003

☐ **giường** 지으엉(이으엉) 침대

⋯▶ Cái giường này rất êm.

이 침대는 매우 푹신합니다.

0004

☐ **gối** 고이 베개

⋯▶ Mang cho tôi thêm hai cái gối nữa nhé.

베개 두 개 더 가져다 주세요. (호텔에서)

0005

☐ **ga trải giường** 가 짜이 지으엉(이으엉) 침대 시트

⋯▶ Chị thay ga trải giường giúp tôi nhé.

침대 시트를 갈아 주세요.

0006

chăn 짠 이불

⋯→ Lạnh quá, chị có chăn dày hơn không?
너무 추워요. 더 두꺼운 이불 없나요?

0007

đồ ngủ 도 응우 잠옷

⋯→ Khi ngủ, em luôn mặc đồ ngủ.
저는 잘 때 잠옷을 항상 입어요.

0008

đèn ngủ 댄 응우 스탠드

⋯→ Em được bạn tặng một cái đèn ngủ.
친구에게 침실 스탠드를 하나 선물 받았어요.

0009

thú nhồi bông 투 뇨이 봉 봉제 인형

⋯→ Khi không có thú nhồi bông, em gái nhỏ tôi không ngủ được.
봉제 인형이 없으면 내 어린 여동생은 잠을 못 자요.

0010

kính 낑 안경

⋯→ Anh ấy luôn để quên kính ở đâu đó.
그는 항상 안경을 어디다가 놓고 다녀요.

I 준비

II 출근·등교

III 사회생활

IV 집안일

V 외출 1

VI 외출 2

VII 개인시간

0011 **điện thoại di động** 디엔 토아이 지(이) 동 휴대 전화

⋯▸ Đừng dùng điện thoại di động khi lái xe nhé.

운전 중에 휴대 전화를 사용하지 마세요.

0012 **thức dậy** 特 저이(여이) 일어나다, 기상하다

⋯▸ Em Lan thường thức dậy lúc 8 giờ sáng.

란은 보통 아침 8시에 일어납니다.

0013 **tỉnh dậy** 띵 저이(여이) (잠에서) 깨다

⋯▸ Đêm qua, tôi tỉnh dậy vì có tiếng động mạnh.

어젯밤에 나는 큰소리가 나서 깼어요.

0014 **đánh thức** 다잉(단) 特 (잠을) 깨우다

⋯▸ Nhờ cô đánh thức tôi lúc 7 giờ sáng mai nhé.

내일 아침 7시에 모닝콜 부탁합니다.

0015 **ngáp** 응압 하품하다

⋯▸ Anh ấy ngáp dài ngáp ngắn, có lẽ rất chán.

그는 계속 하품하는데 아마 매우 지루한가 봐요.

0016 □ **vươn vai** 브언 바이 기지개를 켜다

⋯ Nó vừa vươn vai vừa ngáp.
그 애는 기지개를 켜면서 하품해요.

0017 □ **ngủ muộn** 응우 무온 늦잠 자다

⋯ Chủ nhật là ngày được ngủ muộn.
일요일은 늦잠 자는 날입니다.

0018 □ **thiếu ngủ** 티에우 응우 잠이 부족하다

⋯ Dạo này, tôi rất thiếu ngủ.
요즘에 나는 잠이 매우 부족해요.

0019 □ **thức dậy sớm** 특 저이(여이) 썸 일찍 일어나다

⋯ Hãy đi ngủ sớm và thức dậy sớm nhé.
일찍 자고 일찍 일어나세요.

0020 □ **buổi sáng** 부오이 쌍 아침

⋯ Buổi sáng gia đình tôi thường uống sữa.
아침에 우리 가족은 주로 우유를 마셔요.

I 준비

II 출근·등교

III 사회생활

IV 집안일

V 외출1

VI 외출2

VII 개인시간

❶ rửa mặt
세수하다

❷ kem đánh răng
치약

❸ khăn giấy lụa
티슈

❹ bàn chải đánh răng điện
전동칫솔

❺ dao cạo râu
면도기

❻ xà phòng
비누

⓫ bàn chải đánh răng
칫솔

❿ gương 거울

❾ khăn tắm
수건

❼ vòi nước
수도꼭지

❽ dép đi trong phòng tắm
욕실 슬리퍼

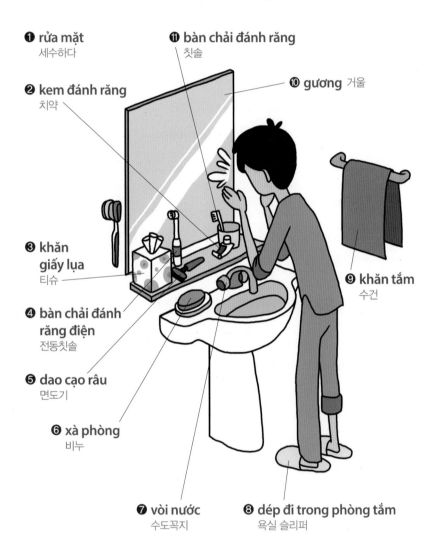

❿ **phòng vệ sinh** 화장실
⓭ **bồn cầu** 변기
⓮ **giấy vệ sinh** 휴지
⓯ **xả nước** 물을 내리다
⓰ **tắc** (변기가) 막히다

⓱ **đánh răng** 양치질하다
⓲ **súc miệng** 입을 헹구다
⓳ **rửa** 씻다

I 준비

II 출근·등교

III 사회생활

IV 집안일

V 외출 1

VI 외출 2

VII 개인시간

0021

☐ **phòng tắm** 퐁 땀 욕실

⋯▸ Trong phòng tắm có bồn tắm không?
욕실에 욕조가 있나요?

0022

☐ **rửa mặt** 즈어(르어) 맛 세수하다

⋯▸ Tôi thức dậy, đánh răng, rửa mặt rồi ăn sáng.
일어나서 양치, 세수하고 아침밥을 먹습니다.

0023

☐ **gương** 그엉 거울

⋯▸ Tôi muốn mua một cái gương soi toàn thân.
전신 거울을 하나 사려고 하는데요.

0024

☐ **vòi nước** 보이 느억 수도꼭지

⋯▸ Đừng quên khoá vòi nước.
수도꼭지 잠그는 것을 잊지 마세요.

0025

☐ **xà phòng** 싸 퐁 비누

⋯▸ Trong phòng tắm có xà phòng và dầu gội đầu rồi.
욕실에 비누와 샴푸가 갖춰져 있습니다.

0026

khăn tắm 칸 땀 수건

··· Cho tôi khăn tắm mới nhé.
새 수건 주세요.

0027

bàn chải đánh răng 반 짜이 다잉(단) 장(랑) 칫솔

··· Trong phòng có bàn chải đánh răng miễn phí
không?
방 안에 무료 칫솔이 있나요?

0028

bàn chải đánh răng điện 반 짜이 다잉(단) 장(랑) 디엔
전동칫솔

··· Bàn chải đánh răng điện nào tốt nhất cho răng
niềng?
교정할 때는 어떤 전동칫솔이 제일 좋은가요?

0029

kem đánh răng 껨 다잉(단) 장(랑) 치약

··· Bạn cho mình xin chút kem đánh răng nhé.
(친구야) 치약 좀 빌려줘.

0030

cạo râu 까오 저우(러우) 면도하다

··· Tôi thường cạo râu hai ngày một lần.
나는 주로 이틀에 한 번 면도를 합니다.

I 준비
II 출근·등교
III 사회생활
IV 집안일
V 외출 1
VI 외출 2
VII 개인시간

0031

dao cạo râu 자오(야오) 까오 저우(러우) 면도기

⋯▸ Ở đây có bán dao cạo râu Gillette không?

여기 질레트 면도기 파나요?

0032

dép 잽(앱) 슬리퍼

⋯▸ Tôi có thể mua dép ở đâu?

어디서 슬리퍼를 살 수 있나요?

0033

khăn giấy lụa 칸 저이(여이) 루어 티슈

⋯▸ Cho tôi khăn giấy lụa nhé.

티슈 좀 주세요.

0034

phòng vệ sinh 퐁 베 씽 화장실

⋯▸ Phòng vệ sinh ở đâu?

화장실은 어디에 있나요?

0035

sạch sẽ 싸익(싹) 쌔 깨끗하다

⋯▸ Phòng này rất rộng rãi và sạch sẽ.

이 방은 넓고 깨끗해요.

0036

dơ bẩn 저(여) 번 더럽다

··· Phòng vệ sinh ở đây dơ bẩn lắm.

여기 화장실 너무 더러워요.

0037

vòi xịt vệ sinh 보이 씻 베 씽 비데

··· Toa-lét có được trang bị vòi xịt vệ sinh không?

화장실에 비데가 설치되어 있나요?

0038

bồn cầu 본 꺼우 변기

··· Không được bỏ giấy vệ sinh vào bồn cầu.

변기에 휴지를 버리지 마세요.

0039

giấy vệ sinh 저이(여이) 베 씽 휴지

··· Xin vui lòng bỏ giấy vệ sinh vào thùng rác.

휴지를 쓰레기통에 버려 주세요.

0040

xả nước 싸 느억 물을 내리다

··· Sau khi đi vệ sinh, nhớ xả nước.

용변을 보신 후 물 내리는 것을 잊지 마세요.

I 준비

II 출근 · 등교

III 사회생활

IV 집안일

V 외출 1

VI 외출 2

VII 개인시간

0041

☐ **tắc** 딱 막히다

··▸ Bồn cầu bị tắc.
변기가 막혔어요.

0042

☐ **rửa** 즈어(르어) 씻다

··▸ Trước khi ăn cơm, phải rửa tay.
식사 전에 반드시 손을 씻어야 합니다.

0043

☐ **đánh răng** 다잉(단) 장(랑) 양치질하다

··▸ Tôi thường đánh răng ba lần một ngày.
나는 보통 하루에 세 번 양치질을 합니다.

0044

☐ **súc miệng** 쑥 미엥 입을 헹구다

··▸ Khi đánh răng, nên súc miệng ít nhất ba lần.
양치할 때 최소 세 번은 입을 헹구어야 합니다.

0045

☐ **vòi hoa sen** 보이 호아 쌘 해바라기 샤워기

··▸ Từ khi gắn vòi hoa sen ở phòng tắm, việc tắm rửa
dễ dàng hơn.
욕실에 해바라기 샤워기를 달고 나서 씻는 일이 더 수월해졌습니다.

bình nước nóng 빙 느억 농 온수기

···▶ Ở Việt Nam, một số nhà khách vẫn sử dụng bình nước nóng.

베트남에서 몇몇 게스트하우스는 여전히 온수기를 사용합니다.

chỉ nha khoa 찌 냐 코아 치실

···▶ Sử dụng chỉ nha khoa sau bữa ăn có hiệu quả hơn đánh răng.

식후 치실을 사용하는 것은 양치보다 효과적입니다.

I 준비

II 출근·등교

III 사회생활

IV 집안일

V 외출 1

VI 외출 2

VII 개인시간

Mặc áo 옷 입기

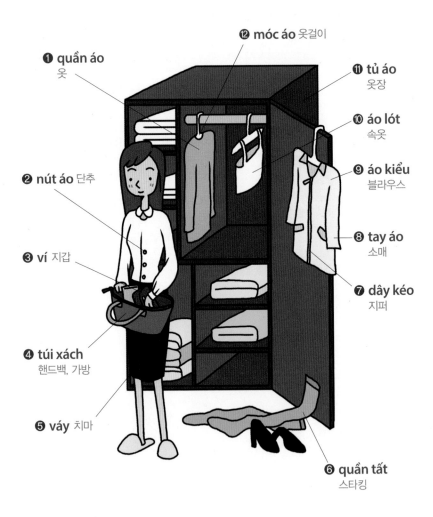

⓵ **quần áo**
옷

⓶ **nút áo** 단추

⓷ **ví** 지갑

⓸ **túi xách**
핸드백, 가방

⓹ **váy** 치마

⓺ **quần tất**
스타킹

⓻ **dây kéo**
지퍼

⓼ **tay áo**
소매

⓽ **áo kiểu**
블라우스

⓾ **áo lót**
속옷

⑪ **tủ áo**
옷장

⑫ **móc áo** 옷걸이

⑬ mặc 입다

⑭ cởi 벗다

⑮ chọn 고르다, 선택하다

⑯ đeo
(시계 등을) 차다, (안경 등을) 쓰다,
(반지, 목걸이 등을) 끼다, 차다, 착용하다,
(가방 등을) 매다

⑰ đội (모자 등을) 쓰다

⑱ thắt (벨트를) 매다

⑲ mang (가방 등을) 들다

⑳ xách (가방 등을 손으로) 들다

㉑ mở (túi xách) (가방 등을) 열다

㉒ đóng (túi xách) (가방 등을) 닫다, 잠그다

㉓ đi (신발 등을) 신다

I 준비

II 출근 · 등교

III 사회생활

IV 집안일

V 외출1

VI 외출2

VII 개인시간

㊱ áo sơ mi 와이셔츠, 셔츠   **㉟ áo com-lê** 양복

㉔ tủ đựng đồ
캐비닛, 함

㉞ tủ âm tường
붙박이장, 벽장

㉕ áo thun 티셔츠

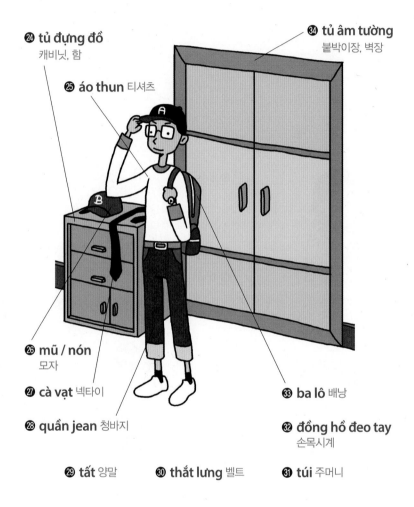

㉖ mũ / nón
모자

㉗ cà vạt 넥타이

㉝ ba lô 배낭

㉘ quần jean 청바지

㉜ đồng hồ đeo tay
손목시계

㉙ tất 양말   **㉚ thắt lưng** 벨트   **㉛ túi** 주머니

㉛ quần 바지
㊳ váy liền 원피스
㊴ áo khoác 외투, 자켓
㊵ áo măng tô 코트

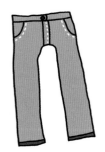

㊶ áo len 스웨터
㊷ áo gi-lê 조끼
㊸ áo khoác mỏng 카디건

㊹ khăn quàng cổ 스카프, 목도리
㊺ khăn len 털 목도리
㊻ khăn choàng 숄

I 준비

II 출근·등교

III 사회생활

IV 집안일

V 외출 1

VI 외출 2

VII 개인시간

0048 **thay** 타이 갈아입다

··· Phòng thay đồ ở đằng kia.

피팅 룸은 저쪽에 있어요.

0049 **áo** 아오 옷, 윗옷

··· Cái áo này hợp với chị.

이 옷은 언니에게 잘 어울려요.

0050 **tủ áo** 뚜 아오 옷장

··· Chiếc váy đó ở trong tủ áo.

그 치마는 옷장 안에 있다.

0051 **móc áo** 목 아오 옷걸이

··· Em treo áo vào móc áo kia đi.

동생아 옷을 저 옷걸이에 걸어라.

0052 **áo kiểu** 아오 끼에우 블라우스

··· Áo kiểu này là hàng mới về nên hơi đắt.

이 블라우스는 신상이라 좀 비쌉니다.

I 준비

II 출근·등교

III 사회생활

IV 집안일

V 외출 1

VI 외출 2

VII 개인시간

0053

tay áo 따이 아오 소매

···› Cái áo len đó có tay áo dài lắm.

그 스웨터는 소매가 너무 깁니다.

0054

nút áo 눗 아오 단추

···› Nút áo bị đứt.

단추가 뜯어졌습니다.

0055

váy 바이 치마

···› Cô ấy thích mặc váy hơn quần.

그녀는 바지보다 치마를 입는 것을 좋아합니다.

0056

dây kéo 저이(여이) 깨오 지퍼

···› Dây kéo bị hỏng rồi.

지퍼가 고장났습니다.

0057

áo lót 아오 롯 속옷

···› Vải áo lót này làm bằng 100% cô-tông nên rất
mềm.

이 속옷의 천은 순면 소재라 매우 부드러워요.

0058

quần tất 꾸언 떳 스타킹

···› Quần tất này bị rách rồi.

이 스타킹은 올이 나갔어요.

0059

túi xách 뚜이 싸익(싹) 핸드백, 가방

···› Năm trước em được tặng cái túi xách này.

작년에 이 핸드백을 선물 받았어요.

0060

ví 비 지갑

···› Chị bị mất ví rồi.

언니는 지갑을 잃어버렸어.

0061

mặc 막 (옷을) 입다

···› Em mặc áo khoác vào cho ấm đi.

따뜻하게 코트 입어.

0062

cởi 꺼이 (옷을) 벗다

···› Nếu nóng thì cởi áo khoác ra nhé.

만약 더우면 코트를 벗으세요.

0063

chọn 쫀 선택하다, 고르다

··· Hiện nay, người ta chọn mua hàng ngoại nhiều hơn.

요즘 사람들은 외제품을 더 많이 선택하여 산다.

0064

thắt 탙 (허리띠 등을) 매다

··· Xin vui lòng thắt dây an toàn.

안전벨트를 매 주십시오.

0065

đeo 대오 (시계 등을) 차다, (안경 등을) 쓰다, (반지, 목걸이 등을) 끼다, 차다, 착용하다, (가방 등을) 매다

··· Cô ấy diện lắm, đeo kính râm, bông tai, dây chuyền.

그녀는 멋을 많이 부린다, 선글라스를 끼고 귀걸이, 목걸이를 했다.

0066

đội 도이 (머리에) 쓰다

··· Anh thử đội cái nón lá này xem.

오빠(형) 이 모자를 한 번 써 보세요.

0067

mang 망 들다, 옮기다

··· Nhờ anh mang hành lý giúp tôi ra xe.

저를 도와 짐을 차로 옮겨 주세요.

I 준비

II 출근·등교

III 사회생활

IV 집안일

V 외출 1

VI 외출 2

VII 개인시간

0068

xách 싸익(싹) (손으로) 들다

⋯▸ Để anh xách giúp cho.

내가 들어 줄게요.

0069

quần jean 꾸언 진 청바지

⋯▸ Năm nay, quần jean kiểu này rất mốt.

올해 이 스타일 청바지가 아주 유행합니다.

0070

túi 뚜이 주머니

⋯▸ Cái quần jean này không có túi.

이 청바지는 주머니가 없습니다.

0071

áo thun 아오 툰 티셔츠

⋯▸ Anh ấy thích mặc áo thun màu đỏ.

그는 빨간색 티셔츠를 입는 것을 좋아해요.

0072

mũ / nón 무 / 논 모자

⋯▸ Hôm nay trời nắng nóng, con đội mũ vào đi.

오늘 날씨가 해가 쨍쨍하고 더우니 모자를 쓰거라. (부모님이 자식에게)

0073

găng tay 강 따이 장갑

⋯› Em đeo găng tay vào cho đỡ cóng tay.
손이 덜 시렵게 장갑을 끼렴.

0074

thắt lưng 탓 릉 벨트

⋯› Cái thắt lưng này làm bằng da bò nên rất bền.
이 벨트는 소가죽으로 만들어서 매우 튼튼합니다.

0075

ba lô 발 로 백팩, 배낭

⋯› Ba lô ở cửa hàng này không những chất lượng cao
mà còn rẻ.
이 가게의 배낭은 품질이 좋을 뿐만 아니라 (가격이) 싸기까지 합니다.

0076

đồng hồ đeo tay 동 호 대오 따이 손목시계

⋯› Chiếc đồng hồ đeo tay này giá 600 đô la Mỹ.
이 손목시계는 가격이 600달러입니다.

0077

tất 떳 양말

⋯› Chiếc tất này bị thủng.
이 양말은 구멍이 났습니다.

I 준비

II 출근·등교

III 사회생활

IV 집안일

V 외출 1

VI 외출 2

VII 개인시간

0078

tủ âm tường 뚜 엄 뜨엉 벽장, 붙박이장

⋯ Ba lô của tôi ở trong tủ âm tường.
내 백팩은 벽장 안에 있습니다.

0079

tủ đựng đồ 뚜 등 도 캐비닛, 함

⋯ Đèn ngủ ở trên tủ đựng đồ.
침실 스탠드가 캐비닛 위에 있습니다.

0080

cà vạt 까 밧 넥타이

⋯ Anh ấy không biết cách thắt cà vạt.
그는 넥타이를 매는 법을 모릅니다.

0081

áo com lê 아오 껌 레 양복

⋯ Mặc cái áo com-lê này, trông anh ấy thật chững
chạc.
이 양복을 보니 그는 정말 단정해 보입니다.

0082

áo sơ mi 아오 써 미 와이셔츠, 셔츠

⋯ Ở Việt Nam, các nam sinh mặc đồng phục là áo sơ
mi trắng và quần tây.
베트남에서 남학생들은 흰색 와이셔츠와 슬랙스를 교복으로 입습니다.

0083 **quần** 꾸언 바지

··· Cái quần mới mua này tôi mặc hơi chật.
새로 산 이 바지는 내가 입으니 약간 타이트합니다.

0084 **váy liền** 바이 리엔 원피스

··· Cái váy liền màu hồng này rất hợp với chị.
분홍색 원피스가 언니에게 정말 잘 어울려요.

0085 **áo khoác** 아오 코악 외투

··· Trời rét quá! Mẹ ơi, lấy cho con áo khoác ạ.
날씨가 너무 추워요. 엄마, 코트 주세요.

0086 **áo măng tô** 아오 망 또 코트

··· Vào mùa thu, tôi thường mặc cái áo măng tô màu
nâu này.
가을에 나는 주로 이 갈색 코트를 입는다.

0087 **áo len** 아오 랜 스웨터

··· Mẹ đan áo len cho bé.
엄마가 아기를 위해 스웨터를 뜨고 있다.

I 준비

II 출근·등교

III 사회생활

IV 집안일

V 외출1

VI 외출2

VII 개인시간

áo gi-lê 아오 지 레 조끼

⋯▸ Áo gi-lê kiểu này có màu khác không?
이 조끼 다른 색깔 있나요?

khăn quàng cổ 칸 꾸앙 꼬 스카프, 목도리

⋯▸ Cô quàng chiếc khăn quàng cổ màu đỏ này thì thật là đẹp.
이 빨간색 목도리를 두르니 정말 예뻐요.

áo khoác mỏng 아오 코악 몽 카디건

⋯▸ Về đêm, trời se lạnh một chút nên tôi mặc áo khoác mỏng.
밤이 되자 날씨가 약간 쌀쌀해서 나는 카디건을 입었다.

khăn len 칸 랜 털 목도리

⋯▸ Vào ngày lạnh giá, hãy quàng khăn len để giữ nhiệt cơ thể.
추운 날에 털 목도리를 둘러 체온을 유지하세요.

0092

khăn choàng ^{칸 쪼앙} 숄

⋯▸ Cái khăn choàng này tôi đã mua trong chuyến du lịch châu Âu.

이 숄은 내가 유럽 여행 중에 샀다.

0093

quần kaki ^{꾸언 까끼} 면바지

⋯▸ Quần kaki trắng đảm bảo tính lịch sự khi các bạn nữ đến công sở.

하얀색 면바지는 여자분들이 출근할 때 예의 바르게 보이는 것을 보장합니다.

I 준비

II 출근·등교

III 사회생활

IV 집안일

V 외출1

VI 외출2

VII 개인시간

Chuẩn bị đi ra ngoài 외출 준비

❶ bàn trang điểm
화장대

❷ nước hoa
향수

❸ lược
빗

❹ lược bàn chải tóc
브러시

❺ kem dưỡng da
로션

❻ nước hoa hồng
스킨

❼ mascara
마스카라

❽ phấn mắt
아이섀도

❾ son môi
립스틱

❿ phấn má hồng
볼 터치

⓫ mỹ phẩm
화장품

⓬ phấn phủ
파우더

⓭ kem nền
파운데이션

⓮ trang điểm 화장하다, 메이크업하다

⓯ tẩy trang 화장을 지우다

⓰ thoa 바르다

⓱ chải đầu 머리를 빗다

⓲ gội đầu 머리를 감다

⓳ máy duỗi tóc 헤어 스트레이트너

⓴ máy sấy tóc 헤어 드라이어

㉑ sấy tóc (머리카락을) 드라이하다

㉒ cắt móng tay 손톱을 자르다

㉓ sơn móng tay 손톱을 칠하다

I 준비

II 출근·등교

III 사회생활

IV 집안일

V 외출 1

VI 외출 2

VII 개인시간

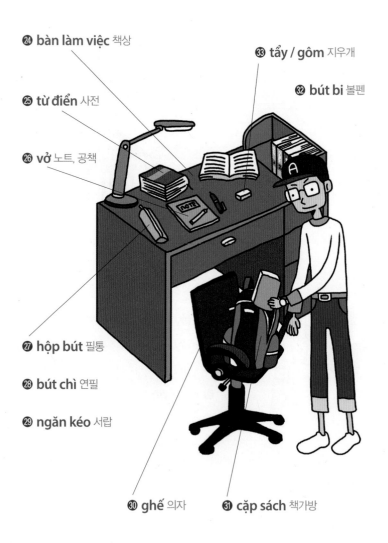

㉔ **bàn làm việc** 책상

㉝ **tẩy / gôm** 지우개

㉜ **bút bi** 볼펜

㉕ **từ điển** 사전

㉖ **vở** 노트, 공책

㉗ **hộp bút** 필통

㉘ **bút chì** 연필

㉙ **ngăn kéo** 서랍

㉚ **ghế** 의자

㉛ **cặp sách** 책가방

㉞ cho A vào B A를 B에 넣다

㉟ lấy A ra khỏi B A를 B에서 꺼내다

㊱ mở sách ra 책을 펼치다, 펴다

㊲ gập sách lại 책을 덮다

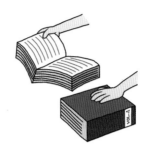

㊳ đánh mất 잃어버리다

㊴ tìm thấy 찾다, 찾아내다

㊵ bừa bộn 지저분하다, 엉망이다

㊶ tủ sách 책장

㊷ giá sách 책꽂이

㊸ sách 책

㊹ thời khoá biểu 시간표

0094
chuẩn bị 쭈언 비 준비(하다)

···→ Sau khi ăn sáng, tôi chuẩn bị để đi làm.
아침을 먹은 후에 나는 일하러 갈 준비를 합니다.

0095
bàn trang điểm 반 짱 디엠 화장대

···→ Tôi định mua một cái bàn trang điểm mới.
나는 새 화장대를 살 것입니다.

0096
mỹ phẩm 미 펌 화장품

···→ Ở Việt Nam, mỹ phẩm Hàn Quốc rất được ưa chuộng.
베트남에서 한국화장품은 매우 선호됩니다.

0097
nước hoa hồng 느억 호아 홍 스킨

···→ Ở đây có bán nước hoa hồng dạng xịt không?
여기에서 뿌리는 스킨을 파나요?

0098
kem dưỡng da 깸 즈엉(이으엉) 자(야) 로션

···→ Kem dưỡng da hiệu này có hiệu quả giữ ẩm rất cao.
이 브랜드의 로션은 보습 효과가 매우 높습니다.

0099

phấn mắt 펀 맛 아이섀도

⋯▸ Những màu phấn mắt nào thì hợp nhất với khuôn mặt của em?

어떤 색깔의 아이섀도가 제 얼굴에 제일 어울리나요?

0100

mascara 마쓰까라 마스카라

⋯▸ Tôi sẽ cho các bạn biết 3 mẹo chải mascara đẹp.

예쁘게 마스카라 하는 요령 세 가지를 여러분에게 알려드릴게요.

0101

phấn phủ 펀 푸 파우더

⋯▸ Nếu dùng loại phấn phủ này thì có thể che đi khuyết điểm trên khuôn mặt.

만약 이 파우더를 쓰면 얼굴의 결점을 커버할 수 있습니다.

0102

kem nền 깸 넨 파운데이션

⋯▸ Hãy giới thiệu cho tôi những loại kem nền lâu trôi có độ che phủ cao.

지속력, 커버력이 높은 파운데이션을 추천해 주세요.

0103

phấn má hồng 펀 마 홍 블러셔, 볼 터치

⋯▸ Phấn má hồng hiệu Mac hiện đang được giảm giá 20%.

맥 블러셔제품이 20% 할인되고 있습니다.

I 준비

II 출근·등교

III 사회생활

IV 집안일

V 외출 1

VI 외출 2

VII 개인 시간

0104
son môi 쏜 모이 립스틱

⋯⇢ Cây son môi này lên màu cực chuẩn, là hàng Chanel chính hãng.

이 립스틱은 샤넬 정품으로 발색이 아주 좋습니다.

0105
nước hoa 느억 호아 향수

⋯⇢ Hãy ngửi thử nước hoa này nhé!

이 향수 냄새 맡아 보세요.

0106
lược 르억 빗

⋯⇢ Nếu bạn có lược thì cho mình mượn nhé.

친구 빗 있으면 나에게 빌려줘.

0107
lược bàn chải 르억 반 짜이 브러시

⋯⇢ Lược bàn chải ở trên bàn trang điểm.

브러시는 화장대 위에 있어요.

0108
cài 까이 꽂다

⋯⇢ Em cài cái kẹp tóc này trông trẻ quá.

너 이 머리핀 꽂으니 정말 어려 보인다.

0109

trang điểm 짱 디엠 화장하다, 메이크업하다

⋯→ Cô ấy càng trang điểm đậm trông càng già.
그녀는 화장을 진하게 하면 할수록 더 늙어 보인다.

0110

tẩy trang 떠이 짱 화장을 지우다

⋯→ Để chăm sóc da, tẩy trang sạch và sâu quan trọng hơn trang điểm đẹp.
피부를 아름답게 관리하기 위해서 예쁘게 화장하는 것보다 깨끗하게 충분히 화장을 지우는 것이 더 중요합니다.

0111

thoa 토아 바르다

⋯→ Tôi nên thoa kem chống nắng trước hay kem dưỡng da trước?
선크림을 먼저 발라야 할까요? 아니면 로션을 먼저 발라야 할까요?

0112

chải đầu 짜이 더우 머리를 빗다

⋯→ Em chải đầu cho gọn gàng vào nhé.
깔끔하게 머리를 빗어라.

0113

gội đầu 고이 더우 머리를 감다

⋯→ Tôi thường gội đầu vào buổi tối.
나는 주로 저녁에 머리를 감는다.

I 준비

II 출근·등교

III 사회생활

IV 집안일

V 외출 1

VI 외출 2

VII 개인 시간

0114

☐ **máy duỗi tóc** 마이 즈어이(이으어이) 똑 헤어 스트레이트너, 고데기

⋯▸ Tóc tôi bị hư vì tôi hay dùng máy duỗi tóc.

헤어 스트레이트너(고데기)를 자주 사용해서 머리결이 상했습니다.

0115

☐ **máy sấy tóc** 마이 써이 똑 헤어 드라이어

⋯▸ Trong phòng tắm có máy sấy tóc đấy.

욕실에 헤어 드라이어(드라이기)가 있다.

0116

☐ **sấy tóc** 써이 똑 드라이하다, 머리를 말리다

⋯▸ Vì ngủ dậy muộn, tớ không sấy tóc kịp.

늦잠 자서 머리를 못 말렸어.

0117

☐ **cắt móng tay** 깟 몽 따이 손톱을 자르다, 깎다

⋯▸ Em cắt móng tay chưa?

너 손톱 깎았니?

0118

☐ **sơn móng tay** 썬 몽 따이 손톱을 칠하다

⋯▸ Cô ấy rất thích sơn móng tay nên đã mua rất nhiều chai nước sơn móng tay.

그녀는 손톱 칠하는 것을 좋아해서 매니큐어를 많이 샀다.

0119 **bấm móng tay** 범 몽 따이 손톱깎이

⋯▸ Bấm móng tay Nhật Bản rất dễ dùng.
일본 손톱깎이는 사용하기 매우 쉽습니다.

0120 **nước sơn móng tay** 느억 썬 몽 따이 매니큐어

⋯▸ Tôi đã mua nước sơn móng tay.
나는 매니큐어를 샀습니다.

0121 **bàn làm việc** 반 람 비엑 책상

⋯▸ Cái bàn làm việc ở phòng tôi làm bằng gỗ.
내 방의 책상은 목재로 만들었습니다.

0122 **ghế** 게 의자

⋯▸ Trong phòng học chúng tôi thừa một cái ghế.
우리 교실에 의자가 하나 남습니다.

0123 **cặp sách** 깝 싸익(싹) 책가방

⋯▸ Cặp sách của anh nặng quá!
오빠 책가방이 너무 무거워요.

I 준비

II 출근·등교

III 사회생활

IV 집안일

V 외출 1

VI 외출 2

VII 개인 시간

0124

ngăn kéo 응안 깨오 서랍

⋯→ Tôi đã để chìa khoá trong ngăn kéo.

나는 서랍 안에 열쇠를 두었다.

0125

giá sách 쟈(야) 싸익(싹) 책꽂이

⋯→ Đọc sách rồi em cất sách lên giá sách nhé.

책 읽고 나서 책꽂이에 꽂아두렴.

0126

để 데 놓다, 두다

⋯→ Tôi muốn để lọ hoa trên tivi.

나는 TV 위에 꽃병을 두고 싶어.

0127

vở 버 공책

⋯→ Các em hãy viết vào vở 3 câu miêu tả ngôi nhà của mình.

노트에 자신의 집에 대해 묘사하는 3문장을 쓰거라. (선생님이 학생에게)

0128

sách 싸익(싹) 책

⋯→ Tôi thích đọc sách.

나는 책을 읽는 것을 좋아한다.

0129

từ điển 뜨 디엔 사전

⋯ Nếu gặp từ khó hiểu, em có thể tra từ điển.
이해하기 어려운 단어가 있으면 너는 사전을 찾아도 된다.

0130

bút chì 붓 찌 연필

⋯ Mình không mang theo bút chì.
나는 연필을 안 가져왔어.

0131

bút bi 붓 비 볼펜

⋯ Cái bút bi này bị tắc mực rồi.
이 볼펜은 안 나온다.

0132

hộp bút 홉 붓 필통

⋯ Em trai tôi đã mua hộp bút mới.
내 남동생은 새 필통을 샀다.

0133

tẩy / gôm 떠이 / 곰 지우개

⋯ Những từ viết sai, em xoá bằng tẩy nhé.
틀린 단어들은 지우개로 지워라.

I 준비

II 출근·등교

III 사회생활

IV 집안일

V 외출 1

VI 외출 2

VII 개인시간

0134

cho A vào B 쪼 A 바오 B A를 B에 넣다

⋯▸ Anh ấy cho sách vở vào cặp sách.

그는 책과 공책을 가방에 넣었다.

0135

lấy A ra khỏi B 러이 A 자(라) 코이 B A를 B에서 꺼내다

⋯▸ Cô ấy lấy son môi ra khỏi túi đựng đồ trang điểm.

그녀는 화장품 파우치에서 립스틱을 꺼냈다.

0136

mở sách ra 머 싸익(싹) 자(라) 책을 펴다

⋯▸ Các em mở sách trang 50 nhé.

얘들아, 책 50페이지를 펴라.

0137

gập sách lại 겁 싸익(싹) 라이 책을 덮다

⋯▸ Gập sách lại và hãy học thuộc các mẫu câu mới.

책을 덮고 오늘 새로운 모범 문장을 외워 보세요.

0138

đánh mất 다잉(단) 멋 잃어버리다

⋯▸ Tôi đánh mất cái kính râm mới mua.

나는 새로 산 선글라스를 잃어버렸다.

0139
tìm 띰 찾다

⋯⋯ Con đã tìm thấy điện thoại của mẹ rồi.
제가 엄마 핸드폰을 찾았어요.

0140
bừa bộn 브어 본 지저분하다

⋯⋯ Phòng em ấy luôn bừa bộn.
그 아이의 방은 항상 지저분하다.

0141
thời khoá biểu 터이 코아 비에우 시간표

⋯⋯ Đây là thời khoá biểu học kỳ này của trung tâm tiếng Anh ILA.
이것이 ILA 영어학원의 이번 학기 시간표입니다.

0142
tủ sách 뚜 싸익(싹) 책장

⋯⋯ Trong phòng học có 3 cái tủ sách.
교실 안에 책장이 3개 있습니다.

I 준비

II 출근·등교

III 사회생활

IV 집안일

V 외출1

VI 외출2

VII 개인시간

Bữa sáng 아침 식사

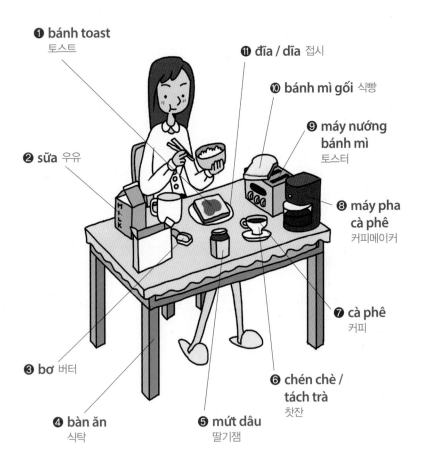

❶ **bánh toast**
토스트

⓫ **đĩa / dĩa** 접시

❿ **bánh mì gối** 식빵

❾ **máy nướng bánh mì**
토스터

❷ **sữa** 우유

❽ **máy pha cà phê**
커피메이커

❼ **cà phê**
커피

❸ **bơ** 버터

❻ **chén chè / tách trà**
찻잔

❹ **bàn ăn**
식탁

❺ **mứt dâu**
딸기잼

⑫ **ăn** 먹다

⑬ **no** 배부르다

⑭ **ngon** 맛있다

⑮ **dở** 맛없다

⑯ **uống** 마시다

⑰ **khát nước** 목마르다

⑱ **ngọt** 달다

⑲ **mặn** 짜다

⑳ **thanh đạm** 담백하다

㉑ **chua** 시다

㉒ **cay** 맵다

㉓ **ngấy** 느끼하다

I 준비

II 출근 · 등교

III 사회생활

IV 집안일

V 외출 1

VI 외출 2

VII 개인시간

㉔ **món rau trộn** 샐러드

㉕ **đồ uống** 음료, 마실 것

㉖ **nước hoa quả / nước trái cây**
주스

㉗ **chè / trà** 차

㉘ **trứng ốp-la** 계란프라이

㉙ **trứng chiên** 오믈렛

㉚ canh 국

㉛ cơm 밥

㉜ bát cơm / chén cơm 밥그릇

㉝ đũa 젓가락

㉞ thìa / muỗng 숟가락

㉟ dĩa / nĩa 포크

㊱ cốc / ly 컵

㊲ khay 쟁반

I 준비

II 출근·등교

III 사회생활

IV 집안일

V 외출 1

VI 외출 2

VII 개인 시간

0143

bữa sáng 브어 쌍 조식

⋯▸ Khách sạn chúng tôi phục vụ bữa sáng miễn phí ạ.

우리 호텔은 무료 조식을 서비스합니다.

0144

bàn ăn 반 안 식탁

⋯▸ Trên bàn ăn có táo và chuối.

식탁 위에 사과와 바나나가 있습니다.

0145

cà phê 까 페 커피

⋯▸ Cho tôi một ly cà phê sữa đá.

아이스 카페라테 한 잔 주세요.

0146

máy pha cà phê 마이 파 까 페 커피메이커

⋯▸ Ở văn phòng tôi có máy pha cà phê nên không cần đi mua cà phê ở ngoài.

우리 사무실에 커피메이커가 있어서 밖으로 커피 사러 갈 필요가 없다.

0147

chén chè / tách trà 짼 째 / 따익(딱) 짜 찻잔

⋯▸ Loại chén chè này dễ bị vỡ.

이런 종류의 찻잔은 깨지기 쉽습니다.

0148

hồng trà 홍 짜 홍차

⋯ Tôi thích uống chè xanh hơn hồng trà.
나는 홍차보다 녹차 마시는 걸 좋아합니다.

0149

nước suối 느억 쑤오이 생수

⋯ Chị bán cho tôi một chai nước suối.
생수 한 병 주세요. (여자 판매원에게 살 때)

0150

chè xanh / trà xanh 째 싸잉(싼) / 짜 싸잉(싼) 녹차

⋯ Uống nhiều chè xanh thì có thể mất ngủ.
녹차를 많이 마시면 잠이 안 올 수도 있습니다.

0151

đĩa / dĩa 디어 / 지어(이어) 접시

⋯ Cho tôi 2 đĩa tôm nướng nhé.
새우 구이 2접시 주세요. (음식 주문)

0152

sữa 쓰어 우유

⋯ Buổi sáng mình thường uống sữa và ăn một chút hoa quả.
아침에 나는 주로 우유를 마시고 과일을 조금 먹는다.

I 준비

II 출근·등교

III 사회생활

IV 집안일

V 외출 1

VI 외출 2

VII 개인시간

0153

sữa đặc 쓰어 닥 연유

⋯▸ Khi pha cà phê sữa đá, em cần sữa đặc.
까페스어다(베트남식 라떼)를 만들 때 너는 연유가 필요해.

0154

máy nướng bánh mì 마이 느엉 바잉(반 미) 토스터

⋯▸ Nếu muốn ăn bánh nóng, sử dụng máy nướng bánh mì này nhé.
만약 따뜻한 빵을 먹고 싶다면 이 토스터를 사용하세요.

0155

bánh toast 바잉(반) 또스트 토스트

⋯▸ Bánh toast bơ mẹ tôi làm thật ngon.
엄마가 만든 버터 토스트는 정말 맛있다.

0156

bánh mì gối 바잉(반) 미 고이 식빵

⋯▸ Sáng nào tôi cũng ăn bánh mì gối với mứt dâu.
매일 아침 나는 딸기잼과 식빵을 먹습니다.

0157

mứt dâu 믓 저우(여우) 딸기잼

⋯▸ Con nướng bánh rồi phết mứt dâu và bơ lên nhé.
빵을 구운 다음 딸기잼과 버터를 바르렴.

0158

bơ 버 버터

⋯▸ **Anh đưa cho em bơ được không ạ?**
버터를 좀 건네주시겠어요?

0159

ăn 안 먹다

⋯▸ **Tôi chưa ăn tối.**
나는 아직 저녁을 먹지 않았다.

0160

đói (bụng) 도이 (붕) (배가) 고프다

⋯▸ **Tôi đói bụng quá.**
나는 배가 몹시 고픕니다.

0161

no (bụng) 노 (붕) (배가) 부르다

⋯▸ **Cám ơn chị, em no rồi.**
고마워요, 저 배부르게 먹었어요.

0162

ngon 응온 맛있다

⋯▸ **Món ăn ở đây ngon lắm, anh nhất định sẽ đến lại.**
여기 음식 너무 맛있어, 나는 반드시 다시 올 거야.

I 준비

II 출근·등교

III 사회생활

IV 집안일

V 외출 1

VI 외출 2

VII 개인시간

0163

dở 저(여) 맛없다

⋯▸ **Quán này giá thì đắt mà món ăn thì dở.**
이 음식점은 가격은 비싸고, 음식은 맛이 없다.

0164

uống 우옹 마시다

⋯▸ **Các anh chị uống gì ạ?**
무엇을 마시겠습니까? (음료는 무엇을 드릴까요? - 종업원의 말)

0165

khát 캇 목마르다

⋯▸ **Khát khô cả cổ rồi.**
목말라 죽겠네.

0166

vị 비 (원인)하기 때문에

⋯▸ **Món này có vị chua chua ngọt ngọt nên tôi rất thích.**
이 음식은 새콤달콤한 맛이라 내가 좋아한다.

0167

nếm 넴 맛보다

⋯▸ **Nếm 1 lần, nhớ 1 đời, đó là món đặc sản Huế - Bún bò Huế.**
한 번 맛보면 평생 동안 기억하는 음식, 그것이 바로 후에의 명물 요리인 분보후에.

0168
☐ **ngọt** 응옷 달다

⋯▸ Tôi không thích ăn ngọt.
나는 달게 먹는 것을 좋아하지 않습니다.

0169
☐ **chua** 쭈어 (맛이) 시다

⋯▸ Nước cam này chua lắm, cho thêm đường vào nhé.
이 오렌지 주스는 너무 셔요, 설탕을 더 넣으세요.

0170
☐ **đắng** 당 (맛이) 쓰다

⋯▸ Thuốc đông y vị đắng lắm, rất khó uống.
한약이 너무 써서 마시기가 어렵다.

0171
☐ **cay** 까이 맵다

⋯▸ Ớt nào mà ớt chẳng cay.
어떤 고추가 안 맵겠는가. (모든 고추는 맵다.)

0172
☐ **mặn** 만 (맛이) 짜다

⋯▸ Tôi đã ăn mặn nên rất khát nước.
짜게 먹었더니 자꾸 물이 당긴다.

I 준비

II 출근·등교

III 사회생활

IV 집안일

V 외출 1

VI 외출 2

VII 개인 시간

0173

chát 짠 떫다

⋯▶ Quả táo này không ngọt mà hơi chát.

이 사과는 달지 않고 약간 떫어요.

0174

nhạt 냣 (맛이) 싱겁다

⋯▶ Món này hơi nhạt, cho em chút muối nhé.

이 음식이 좀 싱거워요, 소금 좀 주세요.

0175

thanh đạm 타잉(탄) 담 담백하다

⋯▶ Nhà hàng này chuyên phục vụ các món chay thanh đạm.

이 식당은 주로 담백한 채식 요리를 서비스합니다.

0176

chua ngọt 쭈어 응옷 새콤달콤하다

⋯▶ Loại nho này có vị chua ngọt.

이 포도는 새콤달콤합니다.

0177

ngấy 응어이 느끼하다

⋯▶ Món Trung Quốc lúc đầu ăn thì ngon nhưng ăn nhiều thì ngấy lắm.

중국 음식은 먹기 시작할 때는 맛있는데 많이 먹으면 느끼하다.

0178
tanh 따잉(딴) 비리다

⋯▸ Tôi không ăn được món cá vì mùi tanh của cá.
나는 생선 비린내 때문에 생선 요리를 못 먹어요.

0179
giòn tan 즌(온) 딴 바삭거리다

⋯▸ Món khoai tây chiên này giòn tan.
이 감자튀김은 바삭거립니다.

0180
đồ uống 도 우옹 마실 것, 음료

⋯▸ Có menu đồ uống không?
음료 메뉴판 있습니까?

0181
nước hoa quả / nước trái cây
느억 호아 꾸아 / 느억 짜이 꺼이 주스

⋯▸ Anh chị dùng món tráng miệng gì ạ? Nước hoa
quả hay trà?
어떤 디저트를 드시겠습니까? 주스 아니면 차?

0182
chè sữa / trà sữa 째 쓰어 / 짜 쓰어 밀크티

⋯▸ Bạn uống trà sữa nhé.
친구야 밀크티 마셔.

I 준비

II 출근·등교

III 사회생활

IV 집안일

V 외출 1

VI 외출 2

VII 개인 시간

0183

ăn uống 안 우옹 먹고 마시다

··· Để khoẻ mạnh, thói quen ăn uống hợp lý rất quan trọng.
건강하기 위해서 합리적인 식습관이 매우 중요합니다.

0184

món rau trộn 몬 자우(라우) 쫀 샐러드

··· Món rau trộn gồm nhiều loại rau xanh nên rất tốt cho sức khoẻ.
샐러드는 많은 종류의 푸른 야채로 구성되어 건강에 매우 좋습니다.

0185

trứng gà luộc 쯩 가 루옥 삶은 달걀

··· Món trứng gà luộc ở bên cạnh món trứng ốp-la.
삶은 달걀은 계란프라이 옆에 있습니다.

0186

trứng ốp la 쯩 옵 라 계란프라이

··· Bạn muốn trứng ốp-la hay trứng chiên?
너는 계란프라이를 먹을래 아니면 오믈렛을 먹을래?

0187

trứng cuộn 쯩 꾸온 계란말이

··· Trứng cuộn là món ăn đơn giản, dễ làm.
계란말이는 간단하고 하기 쉬운 요리입니다.

0188
trứng chiên 쯩 찌엔 오믈렛

⋯› Chị ấy làm món trứng chiên kiểu Nhật rất ngon.
그 언니는 일본식 오믈렛을 매우 맛있게 한다.

0189
canh 까잉(깐) 국

⋯› Trong bữa cơm của người Hàn, món canh không thể thiếu.
한국인의 식사에서 국은 빠져서는 안된다.

0190
canh đậu tương 까잉(깐) 더우 뜨엉 된장국

⋯› Gần đây, canh đậu tương Hàn Quốc cuốn hút vị giác của người Việt Nam.
근래에 한국의 된장국이 베트남 사람의 미각을 사로잡았다.

0191
cá nướng 까 느엉 생선구이

⋯› Hãy thử món cá nướng xem.
생선구이를 드셔 보세요.

0192
cơm 껌 밥, 식사

⋯› Bác đã ăn cơm chưa ạ?
아주머니 식사하셨나요?

0193

bát cơm / chén cơm 밧 껌 / 짼 껌　밥공기, 밥그릇

⋯▸ Cho em thêm một bát cơm nữa nhé.
밥공기 하나 더 추가요.

0194

đũa 두어　젓가락

⋯▸ Người Việt Nam thường ăn cơm bằng đũa.
베트남 사람은 주로 젓가락으로 밥을 먹습니다.

0195

thìa / muỗng 티어 / 무옹　숟가락

⋯▸ Thìa bị rơi, mang cho em 1 cái thìa khác nhé.
숟가락이 떨어졌어요, 다른 숟가락 하나 가져다 주세요.

0196

dĩa / nĩa 지어(이어) / 니어　포크

⋯▸ Khi ăn món tây, cần dùng dĩa mà.
양식 먹을 때 포크가 필요하잖아요.

0197

cốc / ly 꼭 / 리　컵

⋯▸ Cho tôi một cốc cà phê cốt dừa.
코코넛 커피 한 잔 주세요.

0198

khay 카이 쟁반

Ngày xưa ở phố Hàng Khay người ta chuyên buôn
bán "khay".

옛날에 항카이 거리에서 사람들은 쟁반을 주로 거래했다.

0199

món mặn 몬 만 고기, 조림 반찬

Bữa cơm gia đình thường gồm món mặn, món
xào, canh và cơm.

가정식은 주로 짠 음식 요리(조림, 구이 등), (채소)볶음 요리, 국과 밥으로 구성
됩니다.

0200

máy rửa bát / máy rửa chén
마이 즈어(르어) 밧 / 마이 즈어(르어) 짼 식기세척기

Ở nhà tôi có máy rửa bát nên rất tiện.

집에 식기세척기가 있어서 매우 편리해.

0201

ăn tối 안 또이 저녁

Tôi thường ăn tối với gia đình ở nhà.

나는 주로 가족들과 집에서 저녁을 먹습니다.

Ⅰ 준비

Ⅱ 출근·등교

Ⅲ 사회생활

Ⅳ 집안일

Ⅴ 외출 1

Ⅵ 외출 2

Ⅶ 개인시간

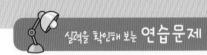

1 단어에 해당하는 뜻을 연결해 보세요.

❶ đèn ngủ   ⓐ 이불

❷ quần   ⓑ (맛이) 달다

❸ kem dưỡng da   ⓒ 스탠드

❹ ngọt   ⓓ 바지

❺ chăn   ⓔ 로션

2 문맥상 빈칸에 들어갈 가장 알맞은 단어를 고르세요.

> 보기
>
> ngon   điện thoại di động
> ngủ muộn   mắt kính

❶ Cái (   ) màu đỏ này rất hợp với em ấy.
이 빨간색 안경은 그 애에게 매우 잘 어울립니다.

❷ Chủ nhật, tôi muốn (   ).
일요일에 나는 늦잠을 자고 싶습니다.

❸ Món đặc sản Huế (   ) thật!
후에 지역의 명물 요리는 정말 맛있네요!

3 단어에 해당하는 뜻을 써 보세요.

❶ cởi _____

❷ bàn làm việc _____

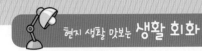
생활 속 회화

Mẹ Con ơi, thức dậy nhanh lên, đánh răng, rửa mặt đi, không thì sẽ đến muộn mất.

Nam Mẹ ơi, hôm nay là thứ bảy mà.

Mẹ À, mẹ nhầm, thế con ăn sáng đi, con ạ.

Nam Mẹ cho con ngủ thêm một chút đã.

해석 **엄마** 애야, 빨리 일어나서 양치하고 세수하렴, 안 그러면 지각할 거야.

남 엄마, 오늘 토요일이잖아요.

엄마 아, 엄마가 잘못 알았다. 그러면 아침 먹으렴, 얘야.

남 엄마 저 일단 조금 더 자게 해 주세요.

단어 **thức dậy** 일어나다, 기상하다   **nhanh lên** 더 빨리   **rửa mặt** 세수하다
nhầm 실수하다   **thêm** 추가로, 더   **một chút** 조금, 잠시

(1) 인체

☐ **cơ thể**
몸

☐ **đầu**
머리

☐ **cổ**
목

☐ **vai**
어깨

☐ **ngực**
가슴

☐ **bụng**
배

☐ **rốn**
배꼽

☐ **cánh tay**
팔

☐ **khuỷu tay**
팔꿈치

☐ **cổ tay**
손목

☐ **bàn tay**
손

☐ **mu bàn tay**
손등

☐ **lòng bàn tay**
손바닥

☐ **ngón tay**
손가락

☐ **đùi chân**
허벅지

☐ **bắp chân**
종아리

☐ **chân**
다리

☐ **đầu gối**
무릎

☐ **bàn chân**
발

☐ **cổ chân**
발목

☐ **ngón chân**
발가락

☐ **lòng bàn chân**
발바닥

☐ **eo**
허리

☐ **lưng**
등

☐ **mông**
엉덩이

☐ **da**
피부

(2) 얼굴

- [ ] **mặt**
  얼굴
- [ ] **tóc**
  머리카락
- [ ] **trán**
  이마
- [ ] **lúm đồng tiền**
  보조개
- [ ] **lông mày**
  눈썹
- [ ] **mắt**
  눈
- [ ] **mí mắt**
  눈꺼풀
- [ ] **hai mí**
  쌍꺼풀
- [ ] **lông mi**
  속눈썹
- [ ] **đồng tử**
  눈동자
- [ ] **tai**
  귀
- [ ] **mũi**
  코
- [ ] **lỗ mũi**
  콧구멍

- [ ] **miệng**
  입
- [ ] **môi**
  입술
- [ ] **lưỡi**
  혀
- [ ] **mặt lưỡi**
  혓바닥
- [ ] **răng**
  이
- [ ] **cằm**
  턱
- [ ] **họng**
  목구멍
- [ ] **má**
  볼
- [ ] **râu**
  수염

(3) 색깔

☐ **màu đỏ** 빨간색	☐ **7 sắc cầu vồng** 무지개 7색깔
☐ **màu vàng** 노란색	☐ **đỏ** 빨
☐ **màu xanh lam** 파란색	☐ **cam** 주
☐ **màu đen** 검정색	☐ **vàng** 노
☐ **màu trắng** 흰색	☐ **xanh lục** 초
☐ **màu nâu** 갈색	☐ **xanh lam** 파
☐ **màu xanh lục** 녹색	☐ **chàm** 남
☐ **màu tím** 보라색	☐ **tím** 보
☐ **màu hồng** 분홍색	
☐ **màu cam** 주황색	
☐ **màu xanh da trời** 하늘색	
☐ **màu xám** 회색	

(4) 동물

- con vật
  동물

- con cáo
  여우

- vật cưng
  반려동물

- con hươu
  사슴

- con bò
  소

- con cừu
  양

- con chó
  개

- con dê
  염소

- con ngựa
  말

- con khỉ
  원숭이

- con ngựa vằn
  얼룩말

- con chim
  새

- con lợn / con heo
  돼지

- con thỏ
  토끼

- con voi
  코끼리

- con rùa
  거북이

- con hổ
  호랑이

- con rắn
  뱀

- con sư tử
  사자

- con gà
  닭

- con gấu
  곰

- con chuột
  쥐

- con hươu cao cổ
  기린

- con rồng
  용

- con chó sói
  늑대

- con cá sấu
  악어

(5) 가전제품

☐ **tivi**
텔레비전

☐ **máy hút bụi**
청소기

☐ **máy giặt**
세탁기

☐ **tủ lạnh**
냉장고

☐ **máy điều hoà /**
máy lạnh
에어컨

☐ **quạt máy**
선풍기

☐ **máy phun ẩm**
가습기

☐ **máy lọc không khí**
공기청정기

☐ **máy lọc nước**
정수기

☐ **máy sấy tóc**
헤어 드라이어, 드라이기

☐ **bàn là / bàn ủi**
다리미

☐ **điện thoại di động**
휴대폰

☐ **điện thoại**
전화

☐ **máy fax**
팩스

☐ **máy thu âm**
녹음기

☐ **đài radio**
라디오

☐ **lò vi sóng**
전자레인지

☐ **bếp ga**
가스레인지

☐ **máy xay sinh tố**
믹서기

☐ **máy chụp ảnh /**
máy chụp hình
카메라

☐ **máy tính**
컴퓨터

☐ **máy tính xách tay**
노트북

☐ **điều khiển từ xa**
리모컨

☐ **loa**
스피커

- [ ] **đồ sạc pin**
  충전기
- [ ] **ổ cắm điện**
  콘센트
- [ ] **phích cắm**
  플러그

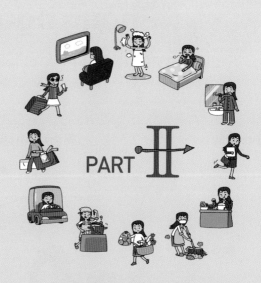

PART II

출근·등교

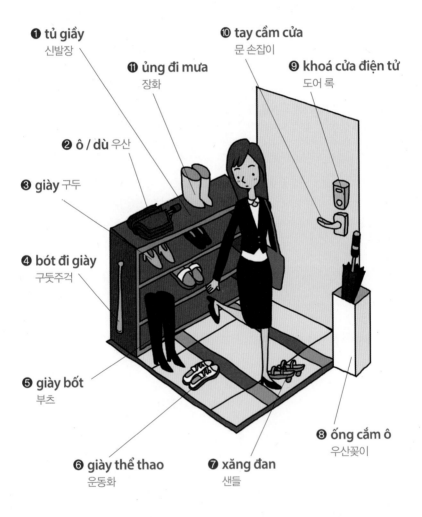

❶ tủ giầy
신발장

⓫ ủng đi mưa
장화

❷ ô / dù 우산

❸ giày 구두

❹ bót đi giày
구둣주걱

❺ giày bốt
부츠

❻ giày thể thao
운동화

❼ xăng đan
샌들

❽ ống cắm ô
우산꽂이

❾ khoá cửa điện tử
도어 록

❿ tay cầm cửa
문 손잡이

⓬ **chìa khoá** 열쇠

⓭ **móc chìa khoá** 열쇠고리

⓮ **vườn nhà** 정원

⓯ **hoa** 꽃

⓰ **cây** 나무

⓱ **cỏ dại** 풀

⓲ **cỏ** 잔디

⓳ **cầu thang** 계단, 층계

⓴ **hành lang** 복도

㉑ **sân thượng** 옥상

㉒ **mái nhà** 지붕

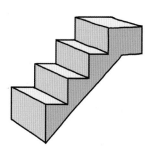

I 준비

II 출근·등교

III 사회생활

IV 집안일

V 외출 1

VI 외출 2

VII 개인시간

0202

phòng ngoài 퐁 응오아이 현관

··→ Anh vào nhà đi, em đợi ở phòng ngoài thôi.

들어가 보세요, 저는 현관에서 기다릴게요.

0203

gõ cửa 고 끄어 문을 두드리다

··→ Trước khi vào phòng, nhớ gõ cửa nhé.

방에 들어오기 전에 노크하는 것 잊지 마세요.

0204

cửa tự động 끄어 뜨 동 자동문

··→ Ở khu phố này, đa số nhà hàng được trang bị cửa tự động.

이 거리에 대부분의 레스토랑은 자동문을 설치했다.

0205

khoá cửa điện tử 코아 끄어 디엔 뜨 도어 록

··→ Khoá cửa điện tử nhà em bị hỏng rồi, xin cho thợ đến sửa ạ.

저희 집 도어 록이 고장났어요, 수리 기술자님이 오셔서 고치게 해 주세요.

0206

ô / dù 오 / 쥬(유) 우산

··→ Trời sắp mưa, em lấy ô của chị mà dùng.

비가 곧 올 것 같아, 동생아, 언니 우산 가져다가 써.

0207 □ **ống cắm ô** 옹 깜 오 우산꽂이

···› Hãy cắm ô vào ống cắm ô nhé.

우산을 우산꽂이에 꽂아 주세요.

0208 □ **tủ giày** 뚜 쟈이(야이) 신발장

···› Tôi muốn bán cái tủ giày này.

나는 이 신발장을 팔고 싶다.

0209 □ **giày / giầy** 쟈이(야이) / 져이(여이) 구두

···› Tôi đi giày lâu, đau chân quá.

구두를 오래 신었더니 다리가 너무 아프다.

0210 □ **giày cao gót** 쟈이(야이) 까오 곳 하이힐

···› Cô ấy luôn đi giày cao gót.

그 아가씨는 항상 하이힐을 신는다.

0211 □ **bót đi giày** 봇 디 쟈이(야이) 구둣주걱

···› Anh để bót đi giày ở đâu?

오빠 구둣주걱 어디에 두었어요?

Ⅰ 준비

Ⅱ 출근·등교

Ⅲ 사회생활

Ⅳ 집안일

Ⅴ 외출 1

Ⅵ 외출 2

Ⅶ 개인시간

0212

☐ **giày thể thao** 쟈이(야이) 테 타오　운동화

⋯⋯▸ Dạo này giày thể thao hiệu Adidas rất mốt đối với thanh thiếu niên.

요즘에 아디다스 브랜드 운동화가 청소년들 사이에서 유행합니다.

0213

☐ **giày bốt** 쟈이(야이) 봇　부츠

⋯⋯▸ Đôi giày bốt nữ này nhập khẩu từ Hàn Quốc.

이 여성 부츠는 한국에서 수입되었습니다.

0214

☐ **xăng đan** 쌍 단　샌들

⋯⋯▸ Khi đi du lịch Việt Nam, tôi thường đi xăng đan.

베트남 여행 갈 때, 나는 주로 샌들을 신는다.

0215

☐ **ủng đi mưa** 웅 디 므어　장화

⋯⋯▸ Khi trời mưa to, bạn đi ủng đi mưa thì chân bạn không bị ướt.

비가 많이 올 때, 장화를 신으면 발이 젖지 않습니다.

0216

☐ **chìa khoá** 찌어 코아　열쇠

⋯⋯▸ Tôi đánh mất chìa khoá phòng rồi.

나는 방 열쇠를 잃어버렸습니다.

0217

móc chìa khoá 목 찌어 코아 열쇠고리

⋯⋙ Anh ấy mua móc chìa khoá để làm quà cho bạn.
그는 친구에게 선물하려고 열쇠고리를 샀습니다.

0218

vườn 브언 정원

⋯⋙ Trong vườn nhà ông ấy bao nhiêu là hoa.
그 할아버지의 정원에 꽃이 어찌나 많은지.

0219

hoa 호아 꽃

⋯⋙ Tôi thích hoa hồng nhất.
나는 장미꽃을 제일 좋아해요.

0220

cây 꺼이 나무

⋯⋙ Ăn quả nhớ kẻ trồng cây.
과일을 먹을 때 나무를 심은 사람을 기억해라. (항상 은혜를 잊지 말아야 한다는 속담)

0221

lá cây 라 꺼이 나뭇잎

⋯⋙ Đến mùa thu lá cây trở nên vàng và đỏ.
가을이 되어 나뭇잎이 단풍으로(노랗게 빨갛게) 변한다.

I 준비

II 출근·등교

III 사회생활

IV 집안일

V 외출 1

VI 외출 2

VII 개인시간

0222

☐ **cỏ** 꼬 잔디

⋯▸ Cấm dẫm lên cỏ.

잔디를 밟지 마시오.

0223

☐ **trồng hoa** 쫑 호아 꽃을 심다

⋯▸ Ông bà tôi hay trồng hoa trong sân nhà.

우리 할머니와 할아버지는 집마당에 꽃을 자주 심으신다.

0224

☐ **hái hoa** 하이 호아 꽃을 꺾다

⋯▸ Xin đừng hái hoa ở công viên.

공원에서 꽃을 꺾지 마세요.

0225

☐ **tưới hoa** 뜨어이 호아 꽃에 물을 주다

⋯▸ Con nhớ tưới hoa hai lần một tuần nhé.

얘야, 일주일에 두 번 꽃에 물 주는 거 잊지 마.

0226

☐ **héo** 해오 시들다

⋯▸ Hoa nào rồi cũng sẽ héo.

모든 꽃은 핀 후 시든다.

0227 □ **cầu thang** 꺼우 탕 계단, 층계

⋯→ **Cẩn thận khi lên xuống cầu thang.**
계단을 오르내릴 때 조심해라.

0228 □ **hành lang** 하잉(한) 랑 복도

⋯→ **Tôi muốn được tư vấn về thiết kế hành lang cho ngôi nhà của tôi.**
저의 집 복도 디자인에 대해 상담받고 싶어요.

0229 □ **sân thượng** 썬 트엉 옥상, 테라스

⋯→ **Mẹ đang phơi quần áo ở sân thượng.**
엄마는 옥상에서 빨래를 말리고 있습니다.

0230 □ **mái nhà** 마이 냐 지붕

⋯→ **Trên mái nhà có một con mèo.**
지붕 위에 고양이 한 마리가 있습니다.

I 준비

II 출근 · 등교

III 사회생활

IV 집안일

V 외출 1

VI 외출 2

VII 개인 시간

⑩ Cầu vượt cho người đi bộ
육교

⑨ đèn giao thông
신호등

❶ đường một chiều
일방통행

❽ đường sá
도로

❷ đối diện
맞은편, 건너편

❸ góc đường
모퉁이, 코너

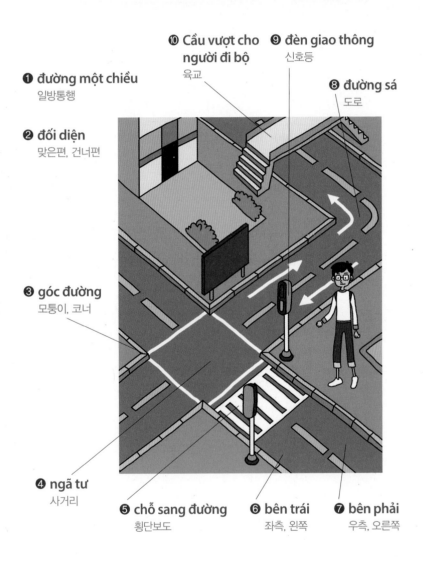

❹ ngã tư
사거리

❺ chỗ sang đường
횡단보도

❻ bên trái
좌측, 왼쪽

❼ bên phải
우측, 오른쪽

⑪ ra 나가다

⑫ rẽ / quẹo 돌아가다, 회전하다

⑬ qua 지나다, 지나가다

⑭ đi thẳng 직진하다, 곧바로 가다

⑮ đi 가다

⑯ đến 오다, 도착하다

⑰ sang 건너다

⑱ đi bộ 걷다

⑲ chạy 달리다

⑳ mất (시간이) 걸리다

㉑ đến nơi 도착하다

I 준비

II 출근 · 등교

III 사회생활

IV 집안일

V 외출 1

VI 외출 2

VII 개인 시간

0231
đường 드엉 길

···▶ Anh lái xe cẩn thận nhé, đường trơn lắm.
운전 조심하세요, 길이 매우 미끄러워요.

0232
hỏi đường 호이 드엉 길을 묻다

···▶ Khi bị lạc đường, bạn hỏi đường nhé.
길을 잃었을 때 길을 물어보세요.

0233
lạc đường 락 드엉 길을 잃다

···▶ Ở Sài Gòn các con hẻm như mê cung, bạn rất dễ bị lạc đường.
사이공에서는 골목이 마치 미로 같아서 길을 잃기가 쉽다.

0234
đường sá 드엉 싸 도로

···▶ Đường sá trong nội thành Hà Nội được mở rộng.
하노이 시내의 도로들은 넓어지고 있습니다.

0235
đường cao tốc 드엉 까오 똑 고속도로

···▶ Nhà nước đang xây dựng nhiều con đường cao tốc.
정부가 고속도로를 많이 건설하고 있다.

0236

đèn giao thông 댄 쟈오(야오) 통 신호등

···▸ Khi sang đường, mọi người hãy chú ý tới đèn giao thông nhé.
길을 건널 때 모두들 신호등에 주의를 기울이세요.

0237

chỗ sang đường 쪼 쌍 드엉 횡단보도

···▸ Anh cho em xuống ở chỗ sang đường kia nhé.
저 횡단보도에서 내려 주세요.

0238

ngã tư 응아 뜨 사거리

···▸ Chị đi thẳng đường này, đến ngã tư thì rẽ trái.
이 길을 직진하셔서 사거리에 도착하면 좌회전하세요.

0239

cầu vượt dành cho người đi bộ
꺼우 브엇 자잉(얀) 쪼 응으어이 디 보 육교

···▸ Hà Nội đã xây thêm một cầu vượt dành cho người đi bộ nữa.
하노이시는 1개 육교를 추가로 더 지었다.

0240

đường một chiều 드엉 못 찌에우 일방통행 길

···▸ Đây là đường một chiều, để nghị anh cho xem bằng lái xe.
이 길은 일방통행입니다, 운전면허증을 보여 주세요.

I 준비

II 출근·등교

III 사회생활

IV 집안일

V 외출 1

VI 외출 2

VII 개인 시간

0241

☐ **góc đường** 꼭 드엉 모퉁이, 코너

···› Tiệm cà phê Thanh Thuỷ nằm ở góc đường Lê Văn Sỹ.

타잉 투이 커피숍은 레 반 씨 거리 모퉁이에 있다.

0242

☐ **đối diện** 도이 지엔(이엔) 맞은편, 건너편

···› Nhà thầy Minh ở ngay đối diện với siêu thị Coop.

밍 선생님 댁은 꼽마트 바로 맞은편에 있다.

0243

☐ **bên phải** 벤 파이 우측, 오른쪽

···› Bảo tàng lịch sử ở bên phải thư viện quốc gia.

역사박물관은 국립도서관 오른쪽에 있다.

0244

☐ **bên trái** 벤 짜이 좌측, 왼쪽

···› Đài truyền hình ở bên trái của trường đại học Kinh tế.

방송국은 경제대학교 좌측에 있다.

0245

☐ **đường hầm** 드엉 험 지하도로

···› Người ta đã xây dựng một đường hầm từ quận 1 sang quận 2.

사람들은 1군에서 2군으로 가는 지하도로를 건설했다.

0246

hầm chui 험 쭈이 지하차도

⋯▸ Do mưa lớn, các hầm chui đều bị ngập nước.
폭우로 인해 지하차도들이 다 물에 잠겼다.

0247

ra 자(라) 나가다

⋯▸ Khi anh ấy sắp ra khỏi nhà, trời bắt đầu đổ mưa.
그가 막 집을 나서려고 할 때 비가 쏟아지기 시작했다.

0248

rẽ / quẹo 재(래) / 꾸애오 돌다, 턴하다

⋯▸ Đến ngã ba thứ hai thì rẽ phải nhé.
두 번째 삼거리에 도착하면 우회전하세요.

0249

qua 꾸아 지나다, 지나가다

⋯▸ Anh qua khỏi trạm xăng rồi đi tiếp nhé.
주유소를 지나서 계속 가세요.

0250

đi thẳng 디 탕 직진하다

⋯▸ Anh cứ đi thẳng khoảng 500m thì anh sẽ thấy siêu
thị ở bên trái.
약 500미터 계속 직진하시면 왼쪽에 슈퍼마켓이 보일 겁니다.

I 준비

II 출근·등교

III 사회생활

IV 집안일

V 외출 1

VI 외출 2

VII 개인시간

0251

một chút 못쭛 조금, 잠시

···▸ Anh làm ơn chạy nhanh hơn một chút.
조금 더 빨리 달려 주세요. (택시 기사에게)

0252

đi 디 가다

···▸ Anh có đi xem phim không?
오빠 영화 보러 갈래요?

0253

đến 덴 오다, 도착하다

···▸ Chị sắp đến nơi chưa?
언니 다 왔나요?

···▸ Xe lửa sẽ đến Nha Trang lúc 8 giờ sáng mai.
기차는 내일 아침 8시에 냐짱에 도착합니다.

0254

đi bộ 디 보 걷다

···▸ Thôi, tôi đi bộ được mà.
됐어요, 저 걸어갈 수 있어요.

0255

chạy 짜이 달리다

···▸ Anh ấy chạy rất nhanh.
그는 매우 빨리 달린다.

0256
mất 멋 (시간이) 걸리다

⋯⋯▸ Từ đây đến đó mất bao lâu?
여기서부터 거기까지는 시간이 얼마나 걸려요?

0257
nhanh 냐잉(냔) 빠르다

⋯⋯▸ Đi máy bay nhanh hơn đi tàu hoả.
비행기로 가는 것이 기차로 가는 것보다 빠릅니다.

0258
chậm 쩜 느리다

⋯⋯▸ Chậm như rùa.
거북이처럼 느리다.

0259
chiều 찌에우 방향

⋯⋯▸ Lỗi đi ngược chiều bị phạt bao nhiêu tiền?
역주행 과실은 얼마의 벌금이 부과되나요?

0260
vị trí 비 찌 위치

⋯⋯▸ Khi thuê nhà, theo tôi vị trí của ngôi nhà là quan trọng nhất.
집을 임대할 때 나에게는 집의 위치가 제일 중요하다.

I 준비

II 출근·등교

III 사회생활

IV 집안일

V 외출1

VI 외출2

VII 개인시간

0261

người đi đường 응으어이 디 드엉   행인

···› Nếu không tìm được hiệu thuốc thì em cứ hỏi người đi đường đi.

만약 약국을 못 찾겠다면 행인에게 물어봐라.

0262

Xin hỏi 씬 호이   말씀 좀 묻겠습니다

···› Xin hỏi, nhà hát Lớn Hà Nội có gần đây không?

말씀 좀 물을게요, 하노이 대극장이 근처에 있나요?

0263

bắt tắc xi 밧 딱 씨   택시를 잡다

···› Ở đây bắt tắc xi có dễ không?

여기서 택시를 잡는 게 쉽나요?

0264

cách 까익   (거리가) 떨어져 있다

···› Bệnh viện cách đây có xa không?

병원은 여기서 멀리 떨어져 있나요?

0265

cây số 꺼이 쏘   킬로미터

···› Trung tâm thương mại cách đây ba cây số.

백화점은 여기서 3km입니다.

I 준비

II 출근·등교

III 사회생활

IV 집안일

V 외출1

VI 외출2

VII 개인시간

0266

tiện lợi 띠엔 러이 편리하다

···▶ Giao thông ở khu vực này rất tiện lợi.

이 지역의 교통은 매우 편리합니다.

0267

đường phố 드엉 포 거리

···▶ Những ngày gần tết, đường phố rất nhộn nhịp, sôi động.

설이 가까워지자 거리가 매우 붐비고 활기찹니다.

0268

đường dành cho xe đạp

드엉 자잉(얀) 쪼 쌔 답 자전거 전용 도로

···▶ Ở sông Hàn, có đường dành cho xe đạp dài nên cư dân thành phố rất hài lòng.

한강에 긴 자전거 전용 도로가 있어 도시 주민은 매우 만족합니다.

❾ ngủ gật
꾸벅 꾸벅 졸다

❶ tay nắm
손잡이

❽ giá vé
표 가격

❷ nhường
양보하다

❸ đứng
일어서다

❼ nói chuyện
이야기하다

❹ ngồi
앉다

❺ vé tàu điện ngầm
지하철표

❻ chỗ ngồi
좌석

❿ **ga tàu điện ngầm** 지하철역

⓫ **phòng bán vé** 매표소

⓬ **điện thoại công cộng** 공중전화

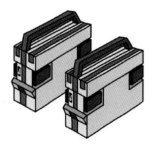

⓭ **cửa soát vé** 개찰구

⓮ **lối vào** 입구

⓯ **lối ra** 출구

⓰ **lên tàu** (기차, 배)에 타다

⓱ **xuống tàu** (기차, 배)에서 내리다

⓲ **đổi xe** 환승하다, 갈아타다

⓳ **đi quá bến** 내릴 곳을 지나치다

I 준비

II 출근·등교

III 사회생활

IV 집안일

V 외출 1

VI 외출 2

VII 개인 시간

⑳ tắc xi 택시

㉑ giá mở cửa 기본 요금

㉒ đồng hồ tính cước 미터기

㉓ tài xế 운전기사, 운전수

㉔ chuông 벨

㉕ chuyến xe cuối cùng 막차

㉖ trạm xe buýt 버스 정류장

㉗ xe buýt 버스

㉘ sơ đồ các tuyến xe buýt
버스 노선도

㉙ **tàu hoả / xe lửa** 기차
㉚ **nhân viên trên tàu** (기차) 승무원
㉛ **tàu thường** 일반열차
㉜ **tàu nhanh** 급행열차

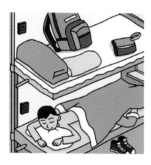

㉝ **ghế ngồi cứng** 일반좌석
㉞ **ghế ngồi mềm** 고급좌석
㉟ **toa giường nằm** 침대칸

㊱ **giường nằm cứng** 일반 침대칸
㊲ **giường nằm mềm** 고급 침대칸
㊳ **giờ cao điểm** 러시아워

Ⅰ 준비
Ⅱ 출근 · 등교
Ⅲ 사회생활
Ⅳ 집안일
Ⅴ 외출 1
Ⅵ 외출 2
Ⅶ 개인시간

0269
☐ **tàu điện ngầm** 따우 디엔 응엄   지하철

⋯▸ Người dân Seoul thích đi lại bằng tàu điện ngầm.

서울 시민들은 지하철을 타고 다니는 것을 좋아합니다.

0270
☐ **chỗ ngồi** 쪼 응오이   좌석, 자리

⋯▸ Xin lỗi, vé của tôi ở chỗ ngồi này.

죄송합니다만, 이 좌석은 저의 자리입니다.

0271
☐ **tay nắm** 따이 남   손잡이

⋯▸ Khi đứng trên xe buýt, cần nắm chặt tay nắm.

버스에 서 있을 때, 손잡이를 꽉 잡아야 합니다.

0272
☐ **đứng** 등   일어나다

⋯▸ Mời anh đứng lên.

일어나 주십시오.

0273
☐ **ngồi** 응오이   앉다

⋯▸ Chị hãy ngồi xuống đi ạ.

앉아 주세요.

0274

trò chuyện 쪼 쭈이엔 이야기하다

⋯▸ Họ đang trò chuyện với nhau.

그들은 함께 이야기하고 있다.

0275

nhường 니으엉 양보하다

⋯▸ Em ấy nhường ghế cho một ông cụ.

그 동생은 어르신에게 자리를 양보했습니다.

0276

ngủ gật 응우 것 꾸벅 꾸벅 졸다

⋯▸ Hễ đọc sách là anh ấy ngủ gật.

그는 책만 읽으면 꾸벅 꾸벅 좁니다.

0277

vé xe 배 쌔 차표

⋯▸ Em mua vé xe ở phòng bán vé đằng kia nhé.

저쪽 매표소에서 차표를 사거라.

0278

vé tàu điện ngầm 배 따우 디엔 응엄 지하철표

⋯▸ Giá vé tàu điện ngầm ở Seoul chỉ 1,200 won thôi.

서울의 지하철표 가격은 딱 1,200원입니다.

0279
phòng bán vé 퐁 반 배 매표소

··➔ Người ta đang xếp hàng dài trước phòng bán vé.
사람들이 매표소 앞에 길게 줄을 서 있습니다.

0280
điện thoại công cộng 디엔 토아이 꽁 꽁 공중전화

··➔ Hiện nay rất khó tìm được một trạm điện thoại
công cộng.
요즘에는 공중전화 부스를 찾기 힘듭니다.

0281
cửa soát vé 끄어 쏘앗 배 개찰구

··➔ Anh phải xuất trình vé cho nhân viên ở cửa soát vé.
개찰구에서 직원에게 표를 보여줘야 합니다.

0282
lối vào 로이 바오 입구

··➔ Lối vào ở đằng kia.
입구는 저쪽에 있습니다.

0283
lối ra 로이 자(라) 출구

··➔ Lối ra ở bên phải phòng vệ sinh.
출구는 화장실 오른쪽에 있습니다.

0284

lên tàu 렌 따우 (기차, 배에) 타다

⋯▸ Mời ông lên tàu.
(배나 기차에) 타십시오.

0285

xuống xe 쑤옹 쌔 하차하다

⋯▸ Anh dừng lại ở đây, cho tôi xuống xe nhé.
여기서 멈춰서 저를 내려 주세요.

0286

đổi xe 도이 쌔 갈아타다, 환승하다

⋯▸ Anh hãy xuống ở ga kế tiếp rồi đổi xe nhé.
다음 역에 내려서 환승하세요.

0287

đi quá bến 디 꾸아 벤 내릴 곳을 지나치다

⋯▸ Em ngủ gật trên xe nên đi quá bến và bị muộn.
저는 차에서 졸아서 내릴 곳을 지나쳐 늦었어요.

0288

xe buýt 쌔 부잇 버스

⋯▸ Ở Hàn Quốc, hệ thống xe buýt rất thuận tiện.
한국에 버스 시스템은 매우 편리합니다.

I 준비

II 출근·퇴근

III 사회생활

IV 집안일

V 외출 1

VI 외출 2

VII 개인시간

0289

trạm xe buýt 짬 쌔 부잇 버스 정류장

⋯▸ Chị ấy đang chờ xe buýt ở trạm xe buýt.

그 누나(언니)는 버스 정류장에서 버스를 기다리고 있습니다.

0290

tài xế 따이 쎄 기사, 운전수

⋯▸ Tài xế tắc xi phải luôn lái xe an toàn.

택시기사는 항상 안전하게 운전해야 합니다.

0291

chuông 쭈옹 벨, 종

⋯▸ Khi muốn xuống xe, hãy bấm chuông báo.

하차하고 싶을 때 벨을 누르세요.

0292

chuyến xe thứ nhất 쭈이엔 쌔 트 녓 첫차

⋯▸ Chuyến xe thứ nhất đi Đà Nẵng khởi hành lúc mấy giờ?

다낭 가는 첫차는 몇 시에 출발하나요?

0293

chuyến xe cuối cùng 쭈이엔 쌔 꾸오이 꿍 막차

⋯▸ Họ suýt lỡ chuyến xe cuối cùng.

그들은 하마터면 막차를 놓칠 뻔했다.

0294 sơ đồ các tuyến xe buýt 써 도 깍 뚜이엔 쌔 부잇
버스 노선도

···➤ Xin cho tôi xem sơ đồ các tuyến xe buýt nội thành Hà Nội.

하노이 시내 버스 노선도를 보여 주세요.

0295 giá vé 쟈(야) 배 표 가격

···➤ Chính quyền thành phố giảm giá vé xe buýt.

시 정부가 버스 표 가격을 내렸다.

0296 tắc xi 딱 씨 택시

···➤ Nhờ anh gọi tắc xi hộ tôi nhé.

택시 좀 불러주시길 부탁드려요.

0297 giá mở cửa 쟈(야) 머 끄어 기본요금

···➤ Giá mở cửa tắc xi Mai linh là 14.000 cho 0,8 km đầu.

마일링 택시의 기본요금은 0.8킬로당 14,000동입니다.

0298 đồng hồ tính cước 동 호 띵 끄억 미터기

···➤ Anh hãy mở đồng hồ tính cước nhé.

미터기 켜주세요. (택시 기사에게 하는 말)

I 준비

II 출근·등교

III 사회생활

IV 집안일

V 외출 1

VI 외출 2

VII 개인시간

0299

tàu hoả / xe lửa 따우 호아, 쌔 르어 기차

··➤ Tôi đi Huế bằng tàu hoả.

나는 기차를 타고 후에에 간다.

0300

tàu thường 따우 트엉 일반열차

··➤ Anh mua vé tàu nhanh hay tàu thường?

급행열차표 사시나요? 아니면 일반열차표 사시나요?

0301

tàu nhanh 따우 냐잉(냔) 급행열차

··➤ Tàu nhanh nhanh hơn tàu thường mấy tiếng ạ?

급행열차는 일반열차보다 몇 시간 빠르나요?

0302

ghế ngồi cứng 게 응오이 끙 일반좌석

··➤ Giá ghế ngồi cứng không điều hoà và ghế ngồi cứng điều hoà khác nhau.

에어컨 없는 칸의 일반좌석 요금과 에어컨 있는 칸의 일반좌석 요금은 다릅니다.

0303

ghế ngồi mềm 게 응오이 멤 고급좌석

··➤ Bán cho tôi hai vé ghế ngồi mềm.

고급좌석(푹신한 좌석)표 2장 주세요.

0304 giường nằm cứng 지으엉(이으엉) 남 끙 일반 침대칸

→ Toa giường nằm cứng gần toa nhà hàng.
일반 침대칸은 식당칸에서 가까워요.

0305 giường nằm mềm 지으엉(이으엉) 남 멤 고급 침대칸

→ Tôi thích đi xe lửa giường nằm mềm.
나는 고급 침대칸 기차를 타는 것을 좋아해요.

0306 giờ cao điểm 져(여) 까오 디엠 러시아워

→ Vào giờ cao điểm, đường nào cũng đông xe.
러시아워에는 어떤 길이든 다 차가 많다.

0307 tắc đường / kẹt xe 딱 드엉 / 깻 쌔 길이 막히다

→ Khu vực này luôn bị tắc đường.
이 지역은 항상 길이 막힙니다.

I 준비

II 출근·등교

III 사회생활

IV 집안일

V 외출 1

VI 외출 2

VII 개인시간

❶ **văn phòng**
사무실

❷ **file hồ sơ**
서류철

❸ **máy tính**
계산기

❹ **sếp**
상사

❺ **giấy**
종이

❻ **vách ngăn**
칸막이, 파티션

❼ **tài liệu**
서류

❽ **ghế xoay văn phòng**
회전의자

❾ **nhân viên mới**
신입사원

❿ **đồng nghiệp**
동료

⓫ **đồng phục**
유니폼

⓬ **thẻ nhân viên**
사원증

⑬ **nhân viên công ty** 회사 직원
⑭ **đi làm** 출근하다
⑮ **tan tầm** 퇴근하다
⑯ **làm việc** 일하다, 근무하다

⑰ **đến muộn / đến trễ** 지각하다
⑱ **thôi việc** 사직하다, 일을 그만두다
⑲ **phòng hút thuốc** 흡연실
⑳ **khu vực cấm hút thuốc** 금연 구역
㉑ **căng tin / căn tin** 구내식당

I 준비

II 출근 · 등교

III 사회생활

IV 집안일

V 외출 1

VI 외출 2

VII 개인시간

㉒ **kỳ nghỉ phép** 휴가

㉓ **chế độ một tuần làm việc 5 ngày** 주 5일제

㉔ **bận** 바쁘다

㉕ **căng** (업무가) 과중하다, 일이 많다

㉖ **nhàn** (업무가) 한가하다, 일이 없다

㉗ **thực tập** 연수하다, 실습하다

㉘ **biến động nhân sự** 인사이동

㉙ **lý lịch** 이력서

30 **lương** 급여

31 **lương tháng** 월급

32 **ngày trả lương** 월급날

33 **tăng** 오르다

34 **giảm** 내리다

35 **lương hưu** 퇴직금, 연금

36 **tiền thưởng** 상여금, 보너스

37 **bị thất nghiệp** 실업하다

38 **người thất nghiệp** 실업자

39 **về hưu** 정년퇴직하다

40 **sa thải** 해고하다

I 준비

II 출근 · 등교

III 사회생활

IV 집안일

V 외출 1

VI 외출 2

VII 개인 시간

0308
công ty 꽁 띠 회사

⋯▸ Công ty đó bị phá sản rồi.
그 회사는 도산했습니다.

0309
văn phòng 반 퐁 사무실

⋯▸ Văn phòng của công ty tôi nằm ở tầng 2.
우리 회사 사무실은 2층에 있습니다.

0310
đồng phục 동 푹 유니폼

⋯▸ Đồng phục của Hãng hàng không Quốc gia Việt Nam là áo dài.
베트남 항공사의 유니폼은 아오자이이다.

0311
quét thẻ 꾸앳 태 카드를 찍다

⋯▸ Khi đến và hết giờ làm việc, nhân viên phải quét thẻ nhân viên.
출퇴근 시 직원들은 반드시 카드를 찍어야 합니다.

0312
sếp 쎕 상사

⋯▸ Sếp của em mặc dù khó tính nhưng làm việc rất tốt.
저의 상사는 비록 까다로운 성격이지만 일을 매우 잘합니다.

0313

nhân viên mới _{년 비엔 머이} 신입 사원

⋯› Công ty chúng tôi hiện đang tuyển dụng 30 nhân viên mới.

우리 회사는 현재 30명의 신입 사원을 채용하고 있습니다.

0314

đồng nghiệp _{동 응이엡} 회사 동료

⋯› Chủ nhật này, tôi định đi leo núi với các đồng nghiệp.

이번 주 일요일에 나는 회사 동료들과 함께 등산하러 갈 예정입니다.

0315

tài liệu _{따이 리에우} 서류, 자료

⋯› Đây là tài liệu chỉ lưu hành nội bộ.

이것은 대외비 서류입니다.

0316

file hồ sơ _{파일 호 써} 서류철

⋯› Em sắp xếp lại các file hồ sơ theo thứ tự chữ cái nhé.

알파벳순으로 서류철을 다시 배치해 주세요.

0317

ghế xoay văn phòng _{게 쏘아이 반 퐁} 회전의자

⋯› Văn phòng tôi mới mua 10 cái ghế xoay văn phòng.

우리 사무실은 사무실용 회전의자 10개를 새로 구입했다.

Ⅰ 준비

Ⅱ 출근·동교

Ⅲ 사회생활

Ⅳ 집안일

Ⅴ 외출1

Ⅵ 외출2

Ⅶ 개인시간

0318
□ **máy tính** 마이 띵 계산기

→ Người bán hàng thường bấm số tiền trên máy tính cho khách xem.

상인들은 주로 계산기에 금액을 쳐서 손님에게 보여 준다.

0319
□ **giấy** 저이(여이) 종이

→ Tờ giấy này rất mỏng.

이 종이는 매우 얇습니다.

0320
□ **nhân viên công ty** 년 비엔 꽁 띠 회사 직원

→ Bố tôi đã là nhân viên công ty Hoa Mai.

우리 아버지는 호아 마이 회사 직원이셨습니다.

0321
□ **đi làm** 디 람 출근하다

→ Tôi thường đi làm trước 7 giờ sáng.

나는 주로 아침 7시 이전에 출근합니다.

0322
□ **tan tầm** 딴 떰 퇴근하다

→ Hàng ngày, các nhân viên ở công ty này tan tầm lúc 6 giờ tối.

매일 이 회사의 직원들은 저녁 6시에 퇴근합니다.

0323

đến muộn / đến trễ 덴 무온 / 덴 쩨 지각하다

⋯▸ Phòng chúng ta sẽ họp 9 giờ sáng mai, mọi người đừng đến muộn nhé.

우리 부서는 내일 아침 9시에 회의를 합니다. 모두 지각하지 마세요.

0324

làm việc 람 비엑 일하다, 근무하다

⋯▸ Em thường làm việc từ mấy giờ đến mấy giờ?

너는 주로 몇 시부터 몇 시까지 일하니?

0325

thôi việc 토이 비엑 사직하다, 일을 그만두다

⋯▸ Chị ấy quyết định thôi việc vì công việc quá căng.

그녀는 업무가 너무 과중해서 일을 그만두기로 결정했다.

0326

phòng hút thuốc 퐁 훗 투옥 흡연실

⋯▸ Toà nhà này không có phòng hút thuốc ạ.

이 건물에는 흡연실이 없습니다.

0327

khu vực cấm hút thuốc 쿠 븍 껌 훗 투옥 금연 구역

⋯▸ Anh nhìn kìa, đây là khu vực cấm hút thuốc mà.

저기 보세요. 여기 금연 구역이잖아요.

I 준비

II 출근·등교

III 사회생활

IV 집안일

V 외출 1

VI 외출 2

VII 개인시간

căng-tin / căn-tin 깡띤 / 깐띤 구내식당

··➤ Tôi thường ăn trưa ở căng-tin công ty.
나는 회사 구내식당에서 자주 점심을 먹는다.

bận 번 바쁘다

··➤ Anh ấy bận đến nỗi không mở mắt ra được.
그는 눈코 뜰 새 없이 바쁘다.

căng 깡 (업무가) 과중하다, 일이 많다

··➤ Làm việc ở công ty mới không căng lắm.
새로운 회사에서 일을 하는 것은 그다지 업무가 과중하지 않아요.

nhàn 냔 (업무가) 한가하다, 일이 없다

··➤ Em muốn chuyển đến công ty khác vì công việc quá nhàn.
일이 너무 한가해서 다른 회사로 이직하고 싶어요.

kỳ nghỉ phép 끼 응이 팹 휴가

··➤ Kỳ nghỉ phép này, em định về thăm bố mẹ ở quê.
이번 휴가 기간에 저는 고향에 계신 부모님을 뵈러 가려고요.

0333 chế độ một tuần làm việc năm ngày
쩨 도 못 뚜언 람 비엑 남 응아이   주 5일제

⋯ Chế độ một tuần làm việc năm ngày được thực hiện ba năm rồi.
주 5일제가 시행된 지 3년이 되었습니다.

0334 thực tập 특 떱   연수하다, 실습하다

⋯ Anh ấy đang đi thực tập của công ty ở Mỹ.
그는 현재 미국에 회사 연수를 가 있어요.

0335 lương 르엉   급여

⋯ Tôi đã thôi việc ở công ty đó vì lương hơi thấp.
급여가 좀 낮아서 그 회사에서 일을 그만뒀습니다.

0336 ngày trả lương 응아이 짜 르엉   월급날

⋯ Đến ngày trả lương, cả công ty đều rất vui mừng.
월급날이 되자 회사 전체가 매우 기뻐한다.

0337 tăng 땅   오르다

⋯ Họ tăng giá văn phòng phẩm.
그들은 사무용품의 가격을 올렸습니다.

I 준비

II 출근·퇴근

III 사회생활

IV 집안일

V 외출 1

VI 외출 2

VII 개인 시간

0338

giảm 잠(암) 내리다

···→ Từ năm mới, giá xăng dầu giảm 10%.

새해부터 기름값이 10% 내려갑니다.

0339

biến động nhân sự 비엔 동 년 쓰 인사이동

···→ Biến động nhân sự có thể "huỷ diệt" doanh nghiệp.

인사이동은 기업을 "괴멸"시킬 수 있다.

0340

lý lịch 리 릭 이력서

···→ Cô đã xem xét lý lịch của các ứng viên chưa?

지원자들의 이력서를 검토했나요?

0341

thất nghiệp 텃 응이엡 실업

···→ Dạo này, tình hình kinh tế không được ổn nên tỷ lệ thất nghiệp ngày càng cao.

요즘에 경제 상황이 안정적이지 못해 실업률이 나날이 증가한다.

0342

người thất nghiệp 응으어이 텃 응이엡 실업자

···→ Nhà nước đang có nhiều biện pháp để hỗ trợ những người thất nghiệp.

국가는 실업자들을 지원하기 위한 많은 방안들을 가지고 있다.

0343

về hưu 베 흐우 정년퇴직하다

⋯▸ Sau khi về hưu, tôi muốn làm nông ở quê.

정년퇴직 후에 나는 고향에서 농사짓고 싶어요.

0344

lương hưu 르엉 흐우 퇴직금, 연금

⋯▸ Ông ấy nhận lương hưu sau khi nghỉ hưu.

그는 퇴직 후에 퇴직금을 받는다.

0345

tiền thưởng 띠엔 트엉 상여금

⋯▸ Các nhân viên phòng tiếp thị rất vui vì năm nay họ được tăng tiền thưởng.

마케팅 부서의 직원들은 올해 상여금이 올랐기 때문에 매우 기쁘다.

0346

đơn xin thôi việc 던 씬 토이 비엑 사직서

⋯▸ Tôi luôn mang theo đơn xin thôi việc trong túi nhưng không dám nộp cho xếp.

나는 항상 주머니에 사직서를 가지고 다니지만 감히 상사에게 낼 수 없다.

0347

về sớm 베 썸 조퇴하다

⋯▸ Em xin phép về sớm hai tiếng ạ, mẹ em đi cấp cứu ạ.

2시간 일찍 조퇴하겠습니다, 어머님이 응급실에 가셨어요.

I 준비

II 출근·등교

III 사회생활

IV 집안일

V 외출 1

VI 외출 2

VII 개인 시간

0348

sa thải 싸 타이 해고하다

⋯⟩ Trưởng phòng nhân sự bị sa thải do bị nghi ngờ là biển thủ công quỹ.

인사부장은 공금횡령이 의심되어 해고당했다.

0349

thăng tiến 탕 띠엔 승진하다

⋯⟩ Anh ấy thăng tiến rất nhanh.

그는 매우 빠르게 승진한다.

0350

phỏng vấn 퐁 번 면접시험

⋯⟩ Tôi nên mặc gì khi dự phỏng vấn.

면접시험 볼 때 나는 무엇을 입어야 좋을려나.

0351

tuyển dụng 뚜이엔 중(융) 채용하다

⋯⟩ Công ty đó cần tuyển dụng năm kỹ sư.

그 회사는 5명의 기술자를 채용할 필요가 있다.

0352

kinh nghiệm 낀 응히엠 경험, 경력

⋯⟩ Anh ấy có đủ kinh nghiệm về nghiệp vụ này.

그는 이 업무에 충분한 경험이 있습니다.

0353
chuyên môn 쭈웬 몬 전공, 전문성

···▶ Công việc này phù hợp với chuyên môn của tôi.
이 일은 나의 전문성에 부합합니다.

0354
có trách nhiệm 꼬 짯 니엠 책임감 있는

···▶ Anh ấy rất nhiệt tình và có trách nhiệm nên giám
đốc rất quý anh ấy.
그는 열정적이고 책임감이 있어서 사장님이 그를 매우 좋아한다.

0355
vô trách nhiệm 보 짜익(짝) 니엠 무책임한, 책임감이 없는

···▶ Cô ta làm việc vô trách nhiệm nên xếp không ưa cô ta.
그녀는 일을 무책임하게 하여 상사는 그녀를 좋아하지 않는다.

0356
vừa phải 브어 파이 적당한

···▶ Em đang mệt thì nên làm việc vừa phải và dành
thời gian nghỉ ngơi nhé.
너 지금 피곤하면 일은 적당히 하고 휴식 시간을 가져라.

0357
chậm rãi 쩜 자이 느긋느긋한

···▶ Một vài nhân viên làm việc rất chậm rãi.
몇몇 직원은 일을 매우 느긋느긋하게 한다.

I 준비

II 출근·동료

III 사회생활

IV 집안일

V 외출 1

VI 외출 2

VII 개인 시간

scene
05 Trường học 학교

❶ khu trường sở
캠퍼스

❷ căng tin sinh viên
학생식당

❸ thư viện
도서관

❷ hội quán sinh viên
학생회관

❶ ký túc xá học sinh
학생 기숙사

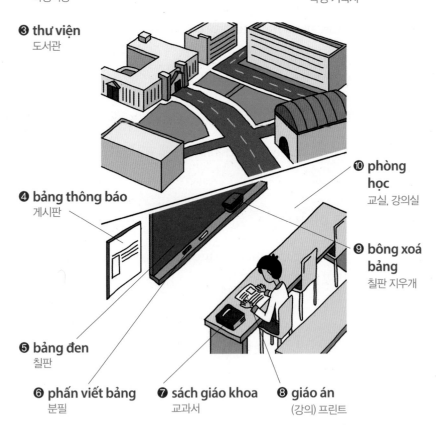

❿ phòng học
교실, 강의실

❹ bảng thông báo
게시판

❾ bông xoá bảng
칠판 지우개

❺ bảng đen
칠판

❻ phấn viết bảng
분필

❼ sách giáo khoa
교과서

❽ giáo án
(강의) 프린트

⑬ **nhớ** 기억하다

⑭ **học hành** 공부하다

⑮ **nhập học** 입학하다

⑯ **tốt nghiệp** 졸업하다

⑰ **giáo viên** 선생님

⑱ **giáo sư** 교수

⑲ **học** 배우다

⑳ **dạy** 가르치다

㉑ **cử nhân** 학사

㉒ **thạc sĩ** 석사

㉓ **tiến sĩ** 박사

I 준비

II 출근·등교

III 사회생활

IV 집안일

V 외출1

VI 외출2

VII 개인시간

㉔ **trường mầm non** 유치원

㉕ **trường tiểu học** 초등학교

㉖ **trường trung học cơ sở** 중학교

㉗ **trường trung học phổ thông** 고등학교

㉘ **trường cao đẳng** 전문대학교

㉙ **trường đại học** 대학교

㉚ **trường đại học tổng hợp** 종합대학교

㉛ **trường sau đại học** 대학원

㉜ **sinh viên năm thứ nhất** 대학교 1학년

㉝ **sinh viên năm thứ hai** 대학교 2학년

㉞ **sinh viên năm thứ ba** 대학교 3학년

㉟ **sinh viên năm thứ tư** 대학교 4학년

㊱ **tín chỉ** 학점

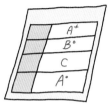

㊲ **làm thêm** 아르바이트하다

㊳ **học phí** 학비

㊴ **kỳ nghỉ hè** 여름 방학

㊵ **câu lạc bộ** 동아리

0358

trường học 쯔엉 혹 학교

⋯ Bộ giáo dục đào tạo phát động phong trào "Trường học hạnh phúc".
교육양성부는 "행복한 학교" 캠페인을 발동했다.

0359

khu trường sở 쿠 쯔엉 써 캠퍼스

⋯ Các học sinh định sẽ tham quan khu trường sở đại học Seoul.
학생들은 서울대학교 캠퍼스를 견학할 예정이다.

0360

thư viện 트 비엔 도서관

⋯ Ngày nào anh ấy cũng học ở thư viện.
매일 그는 도서관에서 공부한다.

0361

hội quán sinh viên 호이 꾸안 씽 비엔 학생회관

⋯ Chương trình đó được tổ chức ở hội quán sinh viên.
그 프로그램은 학생회관에서 열린다.

0362

căng tin sinh viên 깡 띤 씽 비엔 학생식당

⋯ Các sinh viên thường ăn trưa ở căng tin sinh viên của trường.
대학생들은 보통 학교 학생식당에서 점심을 먹는다.

0363
ký túc xá sinh viên 끼 뚝 싸 씽 비엔 대학생 기숙사

⋯▸ Những sinh viên xa nhà thường sống ở ký túc xá sinh viên.

집이 먼 학생들은 주로 대학생 기숙사에서 삽니다.

0364
bảng thông báo 방 통 바오 게시판

⋯▸ Khi muốn được cung cấp thông tin, hãy xem bảng thông báo nhé.

정보를 얻고 싶을 때는 게시판을 보세요.

0365
bảng đen 방 댄 칠판

⋯▸ Cô giáo vẽ tranh lên bảng đen.

선생님께서 칠판에 그림을 그립니다.

0366
phấn viết bảng 펀 비엣 방 분필

⋯▸ Trong phòng học hết phấn viết bảng rồi.

교실에 분필이 다 떨어졌습니다.

0367
bông xoá bảng 봉 쏘아 방 칠판 지우개

⋯▸ Em đi giũ bụi trên bông xoá bảng đi.

칠판 지우개의 먼지를 털거라.

I 준비

II 출근·등교

III 사회생활

IV 집안일

V 외출 1

VI 외출 2

VII 개인시간

0368 **sách giáo khoa** 싸익(싹) 쟈오(야오) 코아 교과서

⋯▸ Chiều nay, tôi đã đi hiệu sách mua mấy quyển sách giáo khoa.
오늘 오후에 나는 서점에 가서 교과서를 몇 권 샀다.

0369 **giáo án** 쟈오(야오) 안 강의안, 강의 프린트

⋯▸ Cô giáo soạn giáo án trước khi lên lớp.
선생님은 수업에 들어가기 전에 강의안을 만드십니다.

0370 **phòng học** 퐁 혹 교실

⋯▸ Trong phòng học có tất cả 12 cái bàn.
교실 안에는 모두 12개의 책상이 있습니다.

0371 **giáo viên** 쟈오(야오) 비엔 선생님

⋯▸ Giáo viên của em là cô Hương ạ.
저의 선생님은 흐엉 선생님입니다.

0372 **giáo sư** 쟈오(야오) 쓰 교수

⋯▸ Giáo sư Phạm Văn Nam đã từng du học ở Mỹ và Hàn Quốc.
팜 반 남 교수님께서는 미국과 한국에서 유학하셨습니다.

Ⅰ 준비

Ⅱ 출근·퇴근

Ⅲ 사회생활

Ⅳ 집안일

Ⅴ 외출 1

Ⅵ 외출 2

Ⅶ 개인 시간

0373

học 혹 배우다

… Bạn đã học tiếng Anh bao lâu rồi?
당신은 영어를 배운 지 얼마나 오래되었나요?

0374

dạy 자이(야이) 가르치다

… Anh ấy dạy vi tính ở trường đại học ngoại ngữ -tin học TP.HCM.
그는 호치민시 외국어-정보통신대학교에서 컴퓨터를 가르칩니다.

0375

nhớ 녀 기억하다

… Điều gì cô giáo dạy em Thành cũng nhớ.
선생님이 가르친 것을 타잉은 다 기억합니다.

0376

học hành 혹 하잉(한) 공부하다

… Hiện nay nhiều học sinh bị căng thẳng do học hành quá tải.
요즘에 많은 학생들이 과중한 공부 때문에 스트레스를 받습니다.

0377

nhập học 녑 혹 입학하다

… Ở trường đại học chúng tôi các sinh viên mới nhập học vào đầu tháng ba.
우리 대학교는 신입생들이 3월 초에 입학합니다.

0378

tốt nghiệp 똗 응이엡 졸업하다

⋯▸ Sau khi tốt nghiệp đại học, tôi định học tiếp cao học.

대학교를 졸업한 후에 나는 계속해서 대학원을 갈 예정입니다.

0379

trường mầm non 쯔엉 멈 논 유치원

⋯▸ Con gái tôi đang học ở trường mầm non.

우리 딸은 유치원에 다니고 있습니다.

0380

trường tiểu học 쯔엉 띠에우 혹 초등학교

⋯▸ Học phí trường tiểu học quốc tế rất đắt đỏ.

국제 초등학교의 학비는 매우 비쌉니다.

0381

trường trung học cơ sở 쯔엉 쭝 혹 꺼 써 중학교

⋯▸ Trường trung học cơ sở nào có nhiều học sinh Hàn Quốc nhất?

어떤 중학교가 한국 학생이 제일 많은가요?

0382

trường trung học phổ thông 쯔엉 쭝 혹 포 통 고등학교

⋯▸ Em trai tôi là giáo viên của trường trung học phổ thông Chu Văn An.

내 남동생은 쭈반안 고등학교의 선생님입니다.

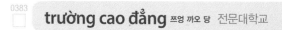

0383 □ **trường cao đẳng** 쯔엉 까오 당 전문대학교

··· Anh Dũng đã học công nghệ thông tin ở trường cao đẳng.

중 오빠(형)는 전문대학교에서 IT를 배웠다.

0384 □ **trường đại học** 쯔엉 다이 혹 대학교

··· Tôi đang học tiếng Việt ở trường đại học Quốc gia Hà Nội.

나는 하노이 국립대학교에서 베트남어를 공부하고 있습니다.

0385 □ **trường đại học danh tiếng** 쯔엉 다이 혹 자잉(얀) 띠엥
명문대학교

··· Đại học Bách Khoa Hà Nội là một trường đại học danh tiếng của Việt Nam.

하노이 바익코아대학은 베트남의 명문대학교입니다.

0386 □ **trường đại học tổng hợp** 쯔엉 다이 혹 똥 헙
종합대학교

··· Trường đại học Tổng hợp Hà Nội được thành lập vào năm 1956.

하노이 종합대학교는 1956년에 설립되었습니다.

I 준비

II 출근·등교

III 사회생활

IV 집안일

V 외출 1

VI 외출 2

VII 개인시간

0387
☐ **cử nhân** 끄 년 학사

⋯▸ Tôi đã lấy bằng cử nhân đại học Kinh tế.
나는 경제대학교에서 학사 학위를 취득하였습니다.

0388
☐ **thạc sĩ** 탁 씨 석사

⋯▸ Cô ấy đã lấy bằng thạc sĩ ở tuổi 19.
그녀는 19세에 석사 학위를 취득했습니다.

0389
☐ **tiến sĩ** 띠엔 씨 박사

⋯▸ Tôi đang làm luận án tiến sĩ.
나는 박사 논문을 쓰고 있어요.

0390
☐ **sinh viên năm thứ nhất** 씽 비엔 남 트 녓 대학교 1학년

⋯▸ Khi tôi còn là sinh viên năm thứ nhất, tôi đã quyết
định bỏ học.
내가 대학교 1학년 때 대학 자퇴를 결심했다.

0391
☐ **sinh viên năm thứ hai** 씽 비엔 남 트 하이 대학교 2학년

⋯▸ Các sinh viên năm thứ hai tổ chức chương trình
giới thiệu về Việt Nam.
2학년 학생들은 베트남에 대해 소개하는 프로그램을 개최했다.

I 준비

II 출근·등교

III 사회생활

IV 집안일

V 외출 1

VI 외출 2

VII 개인시간

0392

sinh viên năm thứ ba 씽 비엔 남 트 바 대학교 3학년

⋯› Đại bộ phận sinh viên năm thứ ba đều đi thực tập tiếng Việt ở Việt Nam.

대다수의 대학교 3학년 학생들은 베트남에 베트남어 연수를 간다.

0393

sinh viên năm thứ tư 씽 비엔 남 트 뜨 대학교 4학년

⋯› Các sinh viên năm thứ tư ít khi đến lớp vì phải tìm việc làm.

4학년 학생들은 구직 때문에 거의 수업에 오지 않는다.

0394

làm thêm 람 템 아르바이트하다

⋯› Đi làm thêm là điều đã quá quen thuộc với các sinh viên.

아르바이트를 하는 것은 대학생들에게 매우 친숙한 일이다.

0395

câu lạc bộ 꺼우 락 보 동아리

⋯› Việc tham gia vào các hoạt động câu lạc bộ để lại cho tôi nhiều kỷ niệm.

동아리 활동 참여는 나에게 많은 추억을 남겼다.

0396
học phí 혹 피 학비

→ Các trường đã giảm học phí cho những học sinh nghèo.

학교들은 가난한 학생들에게 학비를 감해 주었다.

0397
kỳ nghỉ hè 끼 응이 해 여름 방학

→ Ở Việt Nam kỳ nghỉ hè kéo dài khoảng ba tháng.

베트남에서 여름 방학 기간은 약 3개월이다.

0398
kỳ nghỉ đông 끼 응이 동 겨울 방학

→ Ở Việt Nam không có kỳ nghỉ đông.

베트남에는 겨울 방학이 없다.

0399
tín chỉ 띤 찌 학점

→ Một năm sinh viên học bao nhiêu tín chỉ?

1년에 대학생은 몇 학점을 공부합니까?

0400
học bổng 혹 봉 장학금

→ Con trai bà ấy đã được nhận học bổng du học.

그 할머니의 아들은 유학 장학금을 받았다.

Ⅰ 준비

Ⅱ 출근 · 등교

Ⅲ 사회생활

Ⅳ 집안일

Ⅴ 외출 1

Ⅵ 외출 2

Ⅶ 개인 시간

0401

cảnh cáo học vụ 까잉(깐) 까오 혹 부 학사 경고

⋯▸ Anh ấy bị cảnh cáo học vụ.

그는 학사 경고를 받았다.

1   단어에 해당하는 뜻을 오른쪽 보기에서 찾아 연결해 보세요.

❶ giày

❷ bên phải

❸ tàu hoả, xe lửa

❹ đến muộn, đến trễ

❺ tốt nghiệp

ⓐ 졸업하다

ⓑ 기차

ⓒ 우측, 오른쪽

ⓓ 버스

ⓔ 구두

ⓕ 지각하다

2   문맥상 빈칸에 들어갈 가장 알맞은 단어를 고르세요.

> 보기
>
> ô / dù   tan tầm
> chuyến xe cuối cùng   căn tin của trường

❶ Trời sắp mưa rồi, nhớ mang theo (   ) nhé.
비가 곧 올 것 같아, 우산 챙기는 거 잊지 마.

❷ Chúng tôi bị lỡ (   ).
우리는 막차를 놓쳤습니다.

❸ Ngày nào bố tôi cũng (   ) lúc 6 giờ tối.
우리 아버지는 매일 저녁 6시에 퇴근하십니다.

3 단어에 해당하는 뜻을 써 보세요.

❶ chìa khoá　　　　　　_____

❷ xe buýt công ty　　　_____

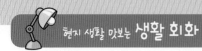

생활 속 회화

Người đi đường	Xin hỏi, trường đại học quốc gia Hà Nội có gần đây không ạ?
Liên	Từ đây đến đó hơi xa, anh nên đi bằng xe buýt.
Người đi đường	Trạm xe buýt ở đâu, chị?
Liên	Anh đi thẳng một chút, đến ngã tư thì rẽ trái. Trạm xe buýt ở bên phải.

해석

행인 질문이 있는데 근처에 하노이 국립대학교 있나요?

리엔 여기에서는 조금 멀어요. 버스 타고 가시는 게 좋겠어요.

행인 버스 정류장은 어디죠?

리엔 조금 직진하셔서 사거리에서 왼쪽으로 도세요. 버스 정류장은 오른쪽에 있어요.

단어 **gần đây** 근처 **từ** ~에서, 부터 **hơi** 약간, 조금 **đây** 여기
trạm xe buýt 버스 정류장 **đi thẳng** 직진하다 **ngã tư** 사거리
rẽ 돌다, 회전하다 **bên phải** 오른쪽

(1) 상점

☐ **chợ**
시장

☐ **cửa hàng hoa tươi**
꽃가게

☐ **cửa hàng rau sạch**
채소가게

☐ **tiệm hớt tóc**
이발소

☐ **tiệm cắt tóc**
미용실

☐ **tiệm chụp ảnh**
사진관

☐ **phòng ghi hình**
영상 스튜디오

☐ **phòng thu âm**
녹음 스튜디오

☐ **cửa hàng mắt kính**
안경점

☐ **cửa hàng cá**
생선가게

☐ **cửa hàng thịt**
정육점

☐ **cửa hàng hoa quả /
trái cây**
과일가게

☐ **tiệm bánh**
제과점

☐ **siêu thị**
마트

☐ **cửa hàng tiện lợi**
편의점

☐ **tiệm tạp hoá**
(동네) 슈퍼마켓

☐ **cửa hàng văn phòng
phẩm**
문구점, 사무용품점

☐ **hiệu sách / nhà sách**
서점

☐ **hiệu thuốc /
nhà thuốc**
약국

☐ **sàn giao dịch bất
động sản**
공인중개사 사무실, 부동산

☐ **quán cà phê**
카페

☐ **quán trà**
찻집

☐ **trung tâm thương
mại**
백화점

(2) 위치

- tiệm giặt ủi
  세탁소
- quán net
  PC방
- cửa hàng giày dép
  신발가게
- cửa hàng quần áo
  옷가게
- của hàng kim khí
  철물점

- trên
  위
- dưới
  아래
- trong
  안
- ngoài
  밖
- giữa
  가운데
- trước
  앞
- sau
  뒤
- bên phải
  좌측, 왼쪽
- bên trái
  우측, 오른쪽
- bên cạnh
  옆쪽
- xung quanh
  주변
- gần đây
  근처
- góc
  모퉁이, 구석

(3) 교통수단

☐ **đông** 동	☐ **xe đạp** 자전거
☐ **tây** 서	☐ **xe máy** 오토바이
☐ **nam** 남	☐ **xe hơi** 자동차
☐ **bắc** 북	☐ **xe ôm** 쌔옴 (오토바이 택시)
☐ **phương hướng** 방향	☐ **xe xích lô** 시클로
☐ **vị trí** 위치	☐ **xe buýt** 버스
	☐ **xe khách / xe đò** 시외버스
	☐ **tàu điện ngầm** 지하철
	☐ **tàu hoả / xe lửa** 기차
	☐ **máy bay** 비행기
	☐ **đường bay nội địa** 국내선
	☐ **đường bay quốc tế** 국제선
	☐ **tàu thuỷ** 배

(4) 회사조직

tàu du lịch 유람선, 크루즈	**nghiệp vụ** 직무, 업무
tàu chở khách 여객선	**chức trách** 직급
tàu chở hàng 화물차	**chủ tịch tập đoàn** 회장 (대기업 총수)
xe cứu hoả 소방차	**người đại diện** 대표
xe cấp cứu 구급차	**giám đốc** 사장
máy bay trực thăng 헬리콥터	**cố vấn** 고문
xe chở rác 쓰레기차	**cán bộ** 간부
xe bưu điện 우체국차	**giám đốc điều hành** 전무
xe đưa đón 셔틀버스, 통근차	**giám đốc thường trực** 상무
xe công an 경찰차	**thành viên ban giám đốc** 이사
xe tải 트럭	**thư ký** 비서
máy xúc 포크레인, 굴착기	**giám đốc bộ phận** 사업부장, 그룹장
xe nâng hàng 지게차	

(5) 회사 종류

☐ **trưởng phòng**
부장, 과장

☐ **trưởng nhóm**
팀장

☐ **trợ lý**
대리

☐ **nhân viên**
직원

☐ **người quản lý**
관리자, 매니저

☐ **nhân viên mới**
신입 사원

☐ **thực tập sinh**
실습생, 인턴

☐ **công ty**
회사

☐ **cơ quan**
(정부)기관

☐ **hãng**
회사, 브랜드

☐ **doanh nghiệp**
기업

☐ **trụ sở chính**
본사

☐ **chi nhánh**
지사

☐ **tập đoàn**
그룹

☐ **công ty cổ phần**
주식회사

☐ **công ty mẹ**
모회사

☐ **công ty con**
자회사

☐ **công ty có vốn đầu tư
nước ngoài**
외자기업

☐ **công ty trách nhiệm
hữu hạn (công ty TNHH)**
유한책임회사

(6) 건물

- [ ] **công ty liên doanh**
  합작투자경영회사
- [ ] **công ty thương mại**
  무역회사
- [ ] **công ty xuất nhập khẩu**
  수출입회사
- [ ] **viện nghiên cứu**
  연구소
- [ ] **nhà máy**
  공장
- [ ] **đại lý**
  대리점
- [ ] **chuỗi cửa hàng**
  체인점
- [ ] **bán sỉ**
  도매
- [ ] **bán lẻ**
  소매
- [ ] **cửa hàng nhập khẩu**
  수입상
- [ ] **cửa hàng xuất khẩu**
  수출상

- [ ] **đài truyền hình**
  TV 방송국
- [ ] **đài phát thanh**
  라디오 방송국
- [ ] **sở cảnh sát**
  경찰서
- [ ] **sở phòng cháy chữa cháy (Sở PCCC)**
  소방서
- [ ] **ngân hàng**
  은행
- [ ] **bưu điện**
  우체국
- [ ] **toà soạn báo**
  신문사
- [ ] **nhà hàng**
  레스토랑, 식당
- [ ] **quán ăn**
  식당
- [ ] **quán cơm bình dân**
  서민밥집
- [ ] **cửa hàng thức ăn nhanh**
  패스트푸드점
- [ ] **công ty du lịch**
  여행사

- **viện bảo tàng**
  박물관

- **khách sạn**
  호텔

- **trạm xăng**
  주유소

- **chùa**
  절, 사원

- **nhà thờ**
  교회, 성당

- **nhà hát Lớn**
  대극장, 오페라하우스, 공연장

- **rạp chiếu phim**
  영화관

- **vườn bách thú**
  동물원

- **vườn thực vật**
  식물원

- **thảo cầm viên**
  동식물원

PART III

사회생활

Làm việc 근무

❶ phòng họp
회의실

❷ chủ đề
주제

❸ tài liệu
자료

❹ thảo luận
토론, 논의

❺ đề nghị
제안하다

❻ ý kiến
의견

❼ tham gia
참가하다

❽ ghi chép
기록하다

❾ ghi chú
메모

⓭ họp
회의하다

⓬ người chủ trì
의장

⓫ phản đối
반대하다

❿ tán thành
찬성하다

Project 1.

⓮ **tiến hành** 진행하다
⓯ **phát** 배부하다
⓰ **bắt đầu** 시작하다
⓱ **kết thúc** 끝나다

⓲ **truyền đạt** 전달하다
⓳ **sử dụng** 사용하다
⓴ **kiểm tra** 확인하다
㉑ **danh thiếp** 명함

㉒ **photo(copy)** 복사하다
㉓ **điện thoại** 전화
㉔ **máy fax** 팩스
㉕ **in** 프린트하다

I 준비
II 출근·등교
III 사회생활
IV 집안일
V 외출 1
VI 외출 2
VII 개인시간

0402

làm việc 람 비엑 근무하다, 일하다

···▸ Anh đang làm việc cho công ty nào?

형은 어떤 회사를 위해 일하고 있나요?

0403

phòng họp 퐁 홉 회의실

···▸ Phòng họp ở trên tầng 6.

회의실은 6층에 있습니다.

0404

họp 홉 회의하다

···▸ Họ đang họp.

그들은 회의 중입니다.

0405

tiến hành 띠엔 하잉(한) 진행하다

···▸ Cuộc họp được tiến hành khi có đủ người tham dự.

모두가 참석했을 때 회의가 진행됩니다.

0406

tham gia 탐 쟈(야) 참석하다

···▸ Ông chủ tịch tập đoàn sẽ tham gia vào cuộc họp lần này.

회장님께서 이번 회의에 참석하실 것입니다.

0407

chủ đề 쭈 데 주제

··→ Các chủ đề thảo luận hôm nay có những gì?

오늘의 토론 주제들은 무엇이 있나요?

0408

tài liệu 따이 리에우 자료

··→ Cô đã chuẩn bị tài liệu họp chưa?

회의 자료를 준비하셨나요?

0409

thảo luận 타오 루언 토론, 논의하다

··→ Khi thảo luận, hai bên cố gắng để đưa ra phương án hợp lý.

토론 시 양측은 합리적인 방안을 제시하기 위해 노력했다.

0410

ý kiến 이 끼엔 의견

··→ Hãy đưa ra ý kiến của mình.

자신의 의견을 내보세요.

0411

để nghị 데 응이 제안하다

··→ Ông giám đốc để nghị các nhân viên đi làm sớm.

사장님은 직원들에게 일찍 출근할 것을 제안했다.

I 준비

II 출근·등교

III 사회생활

IV 집안일

V 외출 1

VI 외출 2

VII 개인 시간

0412 □ **tán thành** 딴 타잉(탄) 찬성하다

··▶ Tôi tán thành với ý kiến của ông.
나는 당신 의견에 찬성합니다.

0413 □ **phản đối** 판 도이 반대하다

··▶ Những ai phản đối với ý kiến này, hãy giơ tay lên.
이 의견에 반대하시는 분들은 손을 들어 주세요.

0414 □ **ghi chép** 기 짼 기록하다

··▶ Anh ghi chép lại các ý kiến rồi cho tôi xem nhé.
의견들을 다시 기록해서 나에게 보여 주세요.

0415 □ **ghi chú** 기 쭈 메모

··▶ Người sử dụng có thể tạo hoặc chỉnh sửa ghi chú trên evernote.
사용자는 에버노트에서 메모를 작성하거나 수정할 수 있습니다.

0416 □ **phát** 팟 배부하다

··▶ Anh ấy đã phát bản lịch trình cho mọi người.
그는 일정표를 모두에게 배부했습니다.

I 준비

II 출근·등교

III 사회생활

IV 집안일

V 외출 1

VI 외출 2

VII 개인시간

0417 bắt đầu 밧 더우 시작하다

⇢ Cuộc họp bắt đầu lúc mấy giờ?
회의는 몇 시에 시작합니까?

0418 kết thúc 껫 툭 끝나다

⇢ Cuộc họp vẫn chưa kết thúc.
회의는 아직 끝나지 않았습니다.

0419 kiểm tra 끼엠 짜 확인하다

⇢ Hãy kiểm tra tài liệu các bạn vừa nhận được.
방금 여러분이 받은 자료를 확인해 주세요.

0420 sử dụng 쓰 중(융) 사용하다

⇢ Tôi sử dụng máy photo được không?
이 복사기를 써도 될까요?

0421 truyền đạt 쭈이엔 닷 전달하다

⇢ Nhờ anh truyền đạt ý kiến của các nhân viên cho trưởng phòng.
직원들의 의견을 부장님께 전달해 주길 부탁해요.

0422
☐ **danh thiếp** 자잉(얀) 티엡 명함

···▸ Đây là danh thiếp của tôi ạ.
이것은 저의 명함입니다.

0423
☐ **photo(copy)** 포또(까삐) 복사하다

···▸ Ở đây photo bao nhiêu một tờ chị?
여기 복사 한 장에 얼마인가요?

0424
☐ **điện thoại** 디엔 토아이 전화

···▸ Sau khi đến văn phòng, anh gọi điện thoại cho em
nhé.
사무실 도착하면 저에게 전화 주세요.

0425
☐ **máy fax** 마이 팍 팩스

···▸ Tôi dùng máy fax này được không?
이 복사기 사용해도 될까요?

0426
☐ **máy in** 마이 인 프린터

···▸ Các nhà thiết kế thường dùng máy in màu.
디자이너들은 주로 컬러 프린터를 씁니다.

0427
in 인 프린트하다

⋯▸ Để tôi in cho.
제가 프린트해 드릴게요.

0428
máy photocopy 마이 포또까삐 복사기

⋯▸ Máy photocopy bị kẹt giấy.
복사기에 종이가 걸렸습니다.

0429
máy quét 마이 꾸앳 스캐너

⋯▸ Khi cần scan tài liệu, anh dùng máy quét kia nhé.
서류 스캔이 필요하시면 저 스캐너를 사용하세요.

0430
công tác 꽁 딱 출장

⋯▸ Ngày mai anh ấy sẽ đi công tác ở Việt Nam.
내일 그는 베트남에 출장을 갈 것입니다.

⓮ **vắng mặt** 결석하다

⓯ **bài tập** 질문, 문제

⓭ **trả lời** 대답하다

❶ **thẻ sinh viên**
학생증

❷ **viết** 쓰다

❸ **bạn cùng lớp**
동급생

❹ **điểm danh**
출석을 부르다

❺ **xem** 보다

❻ **báo cáo**
리포트, 보고서

⓬ **sinh viên**
대학생

⓫ **nộp**
(숙제를) 제출하다

⓾ **giao**
(선생님께서 숙제를)
내주다

❼ **có mặt**
출석하다, 참석하다

❽ **hỏi**
질문하다, 묻다

❾ **bài tập về nhà**
숙제

⑯ **ôn tập** 복습(하다)

⑰ **thi** (규모가 큰) 시험(보다)

⑱ **kiểm tra** (규모가 작은) 시험(보다)

⑲ **khó** 어렵다

⑳ **dễ** 쉽다

㉑ **thi đỗ** 시험에 합격하다

㉒ **thi trượt** 시험에 떨어지다

㉓ **điểm thi** 시험 점수

㉔ **quay cóp** 커닝하다

㉕ **chuyên ngành** 전공

㉖ **học kỳ 1** 1학기

㉗ **học kỳ 2** 2학기

I 준비

II 출근·등교

III 사회생활

IV 집안일

V 외출1

VI 외출2

VII 개인시간

0431
lớp học 럽혹 수업

··→ Lớp học tiếng Việt bắt đầu từ mấy giờ?

베트남어 수업은 몇 시부터 시작해요?

0432
học sinh 혹씽 학생

··→ Em trai tôi còn là học sinh lớp 11.

제 남동생은 아직 고등학교 2학년 학생입니다.

0433
sinh viên 씽비엔 대학생

··→ Chúng tôi là sinh viên.

우리는 대학생입니다.

0434
điểm danh 디엠 자잉(얀) 출석을 부르다

··→ Mỗi ngày, cô giáo đều điểm danh.

매일 선생님은 출석을 부릅니다.

0435
có mặt 꼬맛 출석하다

··→ Tất cả mọi học sinh đều có mặt trong lớp.

모든 학생이 수업에 출석했습니다.

0436 vắng mặt 방 맛 결석하다

···⟩ Những học sinh vắng mặt thì phải có lý do.
결석하는 학생들은 반드시 이유가 있어야 한다.

0437 báo cáo 바오 까오 리포트, 보고서

···⟩ Bạn ấy vẫn chưa nộp báo cáo.
그 친구는 아직도 리포트를 제출하지 않았습니다.

0438 bài tập về nhà 바이 떱 베 냐 숙제

···⟩ Hôm qua bài tập về nhà quá nhiều nên em thiếu ngủ.
어제 숙제가 너무 많아서 잠이 부족해요.

0439 giao bài tập về nhà 쟈오(야오) 바이 떱 베 냐 숙제를 내다

···⟩ Hôm nay thầy giáo không giao bài tập về nhà cho học sinh.
오늘 선생님께서는 학생들에게 숙제를 내주지 않으셨어요.

0440 nộp 놉 (숙제를) 제출하다

···⟩ Hạn chót em phải nộp báo cáo là khi nào ạ?
제가 레포트를 제출해야 하는 최종 기한이 언제입니까?

I 준비
II 출근·등교
III 사회생활
IV 집안일
V 외출 1
VI 외출 2
VII 개인 시간

0441 ☐ **thắc mắc** 탁 막 의문을 갖다, 이해가 안 되다

····▸ Nếu học sinh nào thắc mắc thì cứ mạnh dạn hỏi nhé.

어려운 점이 있는 학생은 과감히 질문하세요.

0442 ☐ **câu hỏi** 꺼우 호이 질문

····▸ Thưa cô, em có câu hỏi ạ.

선생님, 저 질문 있습니다.

0443 ☐ **trả lời** 짜 러이 대답하다

····▸ Hãy trả lời các câu hỏi sau.

다음 질문들에 답하세요.

0444 ☐ **thẻ sinh viên** 태 씽 비엔 학생증

····▸ Để ra vào thư viện, tất cả sinh viên phải mang thẻ sinh viên.

도서관을 출입하기 위해서 모든 대학생은 학생증을 가져와야 합니다.

0445 ☐ **bạn cùng trường** 반 꿍 쯔엉 같은 학교 친구

····▸ Anh Hoà và chị Liên là bạn cùng trường.

호아 형과 리엔 누나는 같은 학교 친구입니다.

0446
bạn cùng lớp 반 꿍 럽 동급생

···▸ Nó đi đá bóng với các bạn cùng lớp.

그 아이는 같은 반 친구들과 축구를 하러 간다.

0447
ôn tập 온 떱 복습(하다)

···▸ Sau khi tan học, các học sinh phải ôn tập các bài đã học.

방과 후에 학생들은 배운 과들을 복습해야 합니다.

0448
thi 티 (규모가 큰) 시험(보다)

···▸ Ngày mai chị gái tôi sẽ thi học kỳ.

내일 우리 언니는 학기말 시험을 본다.

0449
khó 코 어렵다

···▸ Toán học rất khó.

수학은 매우 어렵습니다.

0450
dễ 제(예) 쉽다

···▸ Điện thoại này rất dễ sử dụng.

이 핸드폰은 사용하기 매우 쉽습니다.

I 준비

II 출근·등교

III 사회생활

IV 집안일

V 외출1

VI 외출2

VII 개인시간

0451

thi đỗ 티도 시험에 합격하다

··➤ Anh ấy thi đỗ vào đại học.

그는 대학 시험에 합격했습니다.

0452

điểm 디엠 점수

··➤ Trong kỳ thi vừa qua, anh ấy được điểm cao nhất.

지난 시험에서 그는 제일 높은 점수를 받았습니다.

0453

quay cóp 꾸아이 꼽 커닝하다

··➤ Cấm quay cóp.

커닝 금지

0454

chuyên ngành 쭈이엔 응아잉(응안) 전공

··➤ Chuyên ngành đại học của chị là gì?

언니(누나)의 대학 전공은 무엇인가요?

0455

học kỳ 1 혹 끼 못 1학기

··➤ Học kỳ 1 sắp bắt đầu rồi.

1학기가 곧 시작됩니다.

I 준비

II 출근 · 등교

III 사회생활

IV 집안일

V 외출 1

VI 외출 2

VII 개인시간

0456 **học kỳ 2** 혹 끼 하이 2학기

⋯▸ Học kỳ 2 kéo dài từ tháng 2 đến cuối tháng 5.
2학기는 2월부터 5월 말까지입니다.

0457 **học vấn** 혹 번 학력

⋯▸ Ngày nay nhiều phụ nữ có học vấn cao thích sống
độc thân hơn là kết hôn.
요즘에 높은 학력을 가진 많은 여성들은 결혼하는 것보다 독신으로 사는 것을 좋
아합니다.

0458 **sinh viên mới** 씽 비엔 머이 신입생

⋯▸ Năm nay có nhiều sinh viên mới.
올해는 신입생이 많이 있습니다.

0459 **sinh viên tốt nghiệp** 씽 비엔 똣 응이엡 졸업생

⋯▸ Tại sao nhiều sinh viên tốt nghiệp bị các doanh
nghiệp từ chối?
왜 많은 대학 졸업생들이 기업에 거절당하는가?

0460 **chuyển trường đại học** 쭈이엔 쯔엉 다이 혹 편입하다

⋯▸ Sinh viên chuyển trường đại học có dễ không?
대학생 편입이 수월한가요?

Bữa trưa 점심 식사

❶ thức ăn nhanh 패스트푸드

❼ cô-ca 콜라

❽ gà rán
프라이드 치킨

❾ ống hút
빨대

❷ trưa 정오, 점심

❸ đá bào 빙수

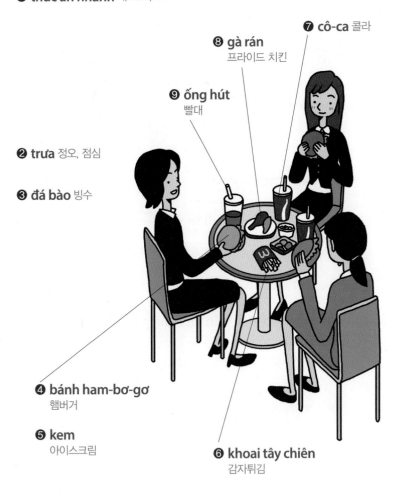

❹ bánh ham-bơ-gơ
햄버거

❺ kem
아이스크림

❻ khoai tây chiên
감자튀김

❿ **cơm hộp** 도시락
⓫ **phở bò** 소고기 쌀국수
⓬ **mì ăn liền** (인스턴트) 라면
⓭ **cơm trộn** 비빔밥

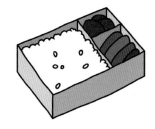

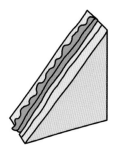

⓮ **bánh mì** 반미(베트남식 샌드위치)
⓯ **bánh bao** 반바오(베트남식 찐빵)
⓰ **bún chả** 분짜(숯불고기 면)
⓱ **hủ tiếu** 후띠에우(남부식 쌀국수)

⓲ **bánh pizza** 피자
⓳ **mì Ý** 스파게티

I
준
비

II
출근·등교

III
사회생활

IV
집안일

V
외출1

VI
외출2

VII
개인시간

0461

☐ **bữa trưa** 브어 쯔어 점심 식사

⋯⟶ Tôi thường ăn bữa trưa ở căng-tin của trường.

나는 주로 점심 식사를 학교식당에서 먹습니다.

0462

☐ **ăn trưa** 안 쯔어 점심을 먹다

⋯⟶ Có khi không có thì giờ để ăn trưa.

어떤 때는 점심 먹을 시간이 없습니다.

0463

☐ **thức ăn nhanh** 특 안 냐잉(냔) 패스트푸드

⋯⟶ Thức ăn nhanh tiện nhưng không tốt cho sức khỏe.

패스트푸드는 편리하지만 건강에 좋지 않습니다.

0464

☐ **bánh hăm-bơ-gơ** 바잉(반) 함-버-거 햄버거

⋯⟶ Giới trẻ Việt Nam rất thích ăn bánh hăm-bơ-gơ.

베트남 젊은이들은 햄버거 먹는 것을 매우 좋아합니다.

0465

☐ **cô-ca** 꼬-까 콜라

⋯⟶ Đừng uống cô-ca nhiều.

콜라를 많이 마시지 마세요.

0466

bảy úp 바이 웁 사이다

···▶ Cho tôi hai lon bảy úp.
사이다(세븐업) 두 캔 주세요.

0467

ống hút 옹 훗 빨대

···▶ Cho tôi thêm một cái ống hút nữa.
빨대 하나 더 주세요.

0468

buổi trưa 부오이 쯔어 정오, 점심

···▶ 12 giờ trưa mỗi ngày đều có chương trình "Buổi trưa vui vẻ" trên TV.
매일 정오에 티비에서 "즐거운 정오"라는 프로그램을 합니다.

0469

khoai tây chiên 코아이 떠이 찌엔 감자튀김

···▶ Khi ăn bánh hăm-bơ-gơ, tôi thích ăn kèm với khoai tây chiên.
햄버거를 먹을 때 나는 감자튀김을 같이 먹는 것을 좋아합니다.

0470

kem 깸 아이스크림

···▶ Chúng tôi có nhiều món tráng miệng như kem, hoa quả, chè v.v…
우리는 많은 디저트가 있습니다. 예를 들면 아이스크림, 과일, 째(베트남 전통 간식) 등등

I
준
비

II
출
근
·
등
교

III
사
회
생
활

IV
집
안
일

V
외
출
1

VI
외
출
2

VII
개
인
시
간

0471 □ **đá bào** 다 바오 빙수

⋯▸ Người Hàn Quốc rất thích ăn đá bào đậu đỏ vào
mùa hè.

한국사람은 여름에 팥빙수를 먹는 것을 매우 좋아합니다.

0472 □ **gà rán** 가 쟌(란) 프라이드 치킨

⋯▸ Khi liên hoan, chúng tôi thường ăn gà rán với bia.

회식할 때 우리는 주로 맥주와 프라이드 치킨을 먹습니다.

0473 □ **mì ăn liền** 미 안 리엔 라면

⋯▸ Ăn nhiều mì ăn liền không tốt cho sức khoẻ.

라면을 많이 먹으면 건강에 좋지 않습니다.

0474 □ **mì cốc** 미 꼭 컵라면

⋯▸ Cách làm mì cốc rất dễ.

컵라면을 만드는 방법은 매우 쉽습니다.

0475 □ **phở bò** 퍼 보 소고기 쌀국수

⋯▸ Phở bò là món truyền thống tiêu biểu của Việt
Nam.

소고기 쌀국수는 베트남의 대표적인 전통 음식입니다.

0476
☐
phở gà 퍼 가 닭고기 쌀국수

⋯▸ Phở gà đắt hơn phở bò.
닭고기 쌀국수는 소고기 쌀국수보다 비쌉니다.

0477
☐
cơm hộp 껌 홉 도시락

⋯▸ Dạo này tôi làm cơm hộp cho chồng tôi.
요즘 나는 남편을 위해서 도시락을 쌉니다.

0478
☐
cơm trộn 껌 쫀 비빔밥

⋯▸ Hiện nay cơm trộn Hàn Quốc rất được ưa chuộng ở Việt Nam.
요즘에 한국 비빔밥이 베트남에서 매우 인기가 많습니다.

0479
☐
bánh bao 바잉(반) 바오 반바오(베트남식 찐빵)

⋯▸ Trưa nào tôi cũng ăn bánh bao chay để giảm cân.
다이어트를 하기 위해서 점심마다 나는 채소 반바오를 먹습니다.

0480
☐
bánh mì 바잉(반) 미 반미(베트남식 샌드위치)

⋯▸ Bánh mì kẹp là bánh sandwich kiểu Việt Nam.
반미는 베트남식 샌드위치입니다.

I 준비
II 출근·등교
III 사회생활
IV 집안일
V 외출 1
VI 외출 2
VII 개인 시간

bún chả 분 짜 분짜(숯불고기 면)

… Từ khi cựu tổng thống Obama ăn bún chả, món này nổi tiếng khắp thế giới.

오바마 전 대통령이 분짜를 먹은 후로 이 음식은 전 세계적으로 유명해졌습니다.

hủ tiếu 후 띠에우 후띠에우(남부식 쌀국수)

… Vào buổi sáng, người miền Nam thường ăn hủ tiếu.

아침에 남부사람들은 주로 후띠에우를 먹습니다.

bánh pizza 바잉(반) 삐자 피자

… Tôi thích nhất bánh pizza phô mai.

나는 치즈피자를 제일 좋아합니다.

mì Ý 미 이 스파게티

… Các thành phố lớn như TP.HCM và Hà Nội có nhiều nhà hàng mì Ý kiểu Ý.

호치민과 하노이 같은 대도시들에는 많은 이탈리아식 스파게티 레스토랑이 있습니다.

món Huế 몬 후에 몬 후에(후에 음식 전문점)

… Quán món Huế là chuỗi nhà hàng chuyên bán các món Huế.

몬 후에는 후에 음식들을 전문적으로 파는 체인점입니다.

0486

cơm tấm Cali 껌 떰 깔리 껌 떰 깔리(껌 땀 전문점)

⋯⋯➡ Nếu muốn ăn cơm sườn ngon thì hãy đến với cơm tấm Cali nhé.

만약 맛있는 껌 스언(갈비 덮밥)을 먹고 싶다면 껌 떰 깔리로 오세요.

0487

quán ăn Ngon 꾸안 안 응온 꾸안 안 응온

⋯⋯➡ Quán ăn Ngon là một trong những nhà hàng nổi tiếng nhất ở Hà Nội.

꾸안 안 응온은 하노이에서 제일 유명한 레스토랑들 중 하나입니다.

I 준비

II 출근·등교

III 사회생활

IV 집안일

V 외출 1

VI 외출 2

VII 개인 시간

Quán cà phê 카페

❶ cốc / ly mang đi
테이크아웃 커피잔

❷ cốc / ly sứ
머그잔

❸ chuông báo
진동벨

❹ cà phê đá
아이스 커피, 차가운 커피

❺ cà phê nóng
뜨거운 커피

❻ khăn ướt
물티슈

❼ bánh quy
쿠키

❽ cà phê hương Vani
바닐라라테

❾ cà phê sữa
카페라테

❿ cà phê đen
아메리카노

⓫ cà phê Espresso
에스프레소

⓬ cà phê trứng
계란 커피

⑬ cốc / ly nhỏ 작은 사이즈 컵
⑭ cốc / ly vừa 중간 사이즈 컵
⑮ cốc / ly lớn 큰 사이즈 컵

⑯ cà phê Caramel macchiato
캐러멜 마끼아토

⑰ trà xanh đá xay
녹차 프라푸치노

⑱ cà phê Capuchino 카푸치노

⑲ si rô 시럽
⑳ bọt sữa 우유 거품
㉑ kem tươi 생크림

I 준비

II 출근 · 퇴근

III 사회생활

IV 집안일

V 외출 1

VI 외출 2

VII 개인시간

0488

quán cà phê 꾸안 까 페 카페

···› Sau khi ăn cơm, chúng ta đi quán cà phê nhé.

밥 먹은 후에 우리 카페에 갑시다.

0489

cà phê Espresso 까 페 에쓰프레쏘 에스프레소

···› Anh ấy chỉ uống cà phê Espresso thôi.

그는 에스프레소만 마십니다.

0490

cà phê đen 까 페 댄 아메리카노

···› Ở quán cà phê loại sang, cà phê đen khoảng 40.000 đồng một ly.

고급 카페에서는 아메리카노 한 잔 가격이 약 4만 동입니다.

0491

cà phê sữa 까 페 쓰어 카페라테

···› Mỗi ngày tôi đều uống một ly cà phê sữa đá.

매일 나는 아이스 카페라테를 한 잔씩 마십니다.

0492

cà phê hương vani 까 페 흐엉 바니 바닐라라테

···› Cà phê hương vani có ngon không?

바닐라라테는 맛있나요?

0493 cà phê trứng 까페 쯩 계란 커피

⋯▸ Cà phê trứng là món đặc sản của Hà Nội.
계란 커피는 하노이의 특산품입니다.

0494 cốc / ly sứ 꼭 / 리 쓰 머그잔

⋯▸ Tôi sưu tập cốc sứ Starbucks.
나는 스타벅스 머그잔을 수집합니다.

0495 cốc / ly mang đi 꼭 / 리 망 디 테이크아웃 커피잔

⋯▸ Việc sử dụng cốc mang đi bằng nhựa nhiều dẫn
đến ô nhiễm môi trường.
플라스틱 테이크아웃 커피잔을 많이 사용하는 것은 환경오염을 초래한다.

0496 khăn ướt 칸 으엇 물티슈

⋯▸ Em lấy khăn ướt mà dùng.
물티슈 가져다 써.

0497 bánh quy 바잉(반) 꾸이 쿠키

⋯▸ Khi uống cà phê đắng, tôi thích ăn bánh quy ngọt.
씁쓸한 커피를 마실 때 달콤한 쿠키를 먹는 것을 좋아한다.

I 준비

II 출근·등교

III 사회생활

IV 집안일

V 외출 1

VI 외출 2

VII 개인시간

0498
chuông báo 쭈옹 바오　진동벨

··· Khi chuông báo rung, anh đến lấy cà phê nhé.

진동벨이 울리면 오셔서 커피를 받아가세요.

0499
cà phê nóng 까 페 농　따뜻한 커피

··· Anh ấy không bao giờ uống cà phê nóng.

그는 절대로 따뜻한 커피를 마시지 않는다.

0500
cà phê đá 까 페 다　아이스 커피

··· Ngay cả khi trời lạnh, em ấy cũng uống cà phê đá thôi.

날씨가 추울 때도 그 애는 아이스 커피만 마신다.

0501
cốc / ly nhỏ 꼭 / 리 뇨　작은 사이즈 컵

··· Cho tôi một cốc nhỏ cà phê cốt dừa.

코코넛 커피 작은 잔 하나 주세요.

0502
cốc / ly vừa 꼭 / 리 브어　중간 사이즈 컵

··· Cô muốn uống cốc vừa hay cốc lớn?

(음료) 중간 사이즈 컵을 드릴까요? 아니면 큰 사이즈 컵을 드릴까요?

0503 cốc / ly lớn ^{꼭 / 리 런} 큰 사이즈 컵

⋯▸ Một mình tôi không uống hết một ly lớn.
나 혼자서는 큰 사이즈 컵을 다 못 마십니다.

0504 cà phê Caramel macchiato ^{까 페 까라맨 마끼아또} 캐러멜 마끼아토

⋯▸ Tôi không thích uống cà phê Caramel macchiato lắm vì ngọt quá.
나는 너무 달기 때문에 캐러멜 마끼아토를 마시는 것을 그다지 좋아하지 않는다.

0505 trà xanh đá xay ^{짜 싸잉(싼) 다 싸이} 녹차 프라푸치노

⋯▸ Tôi uống trà xanh đá xay cũng mất ngủ.
저는 녹차 프라푸치노 마셔도 역시 잠이 안 와요.

0506 cà phê Capuchino ^{까 페 까뿌찌노} 카푸치노

⋯▸ Anh ấy pha cà phê Capuchino đặc biệt thơm ngon.
그는 카푸치노를 특별히 향긋하고 맛있게 잘 탄다.

0507 si rô ^{씨 로} 시럽

⋯▸ Cho thêm nhiều si rô vào nhé.
시럽을 더 많이 넣어 주세요.

I 준비

II 출근·등교

III 사회생활

IV 집안일

V 외출 1

VI 외출 2

VII 개인 시간

0508
bọt sữa 봇 쓰어 우유 거품

··· Để làm cà phê Capuchino, tạo bọt sữa như thế nào?

카푸치노를 만들기 위해 어떻게 우유 거품을 만들어요?

0509
kem tươi 깸 뜨어이 생크림

··· Chị có muốn thêm kem tươi không?

생크림 추가해 드릴까요?

0510
sinh tố 씽 또 생과일 주스

··· Ở quán cà phê này có sinh tố dâu, sinh tố xoài. Đặc biệt sinh tố xoài ngon lắm.

이 카페에는 딸기 생과일 주스와 망고 생과일 주스가 있다. 특히 망고 생과일 주스가 정말 맛있다.

0511
quán cà phê vỉa hè 꾸안 카 페 비어 해 노천 카페

··· Ở Sài Gòn, phố nào cũng có quán cà phê vỉa hè.

사이공에는 거리마다 노천 카페가 있다.

0512
nước ép 느억 앱 스퀴즈 주스

··· Mỗi ngày tôi đều uống một ly nước ép dưa hấu.

매일 나는 수박 스퀴즈 주스를 한 잔 마신다.

I 준비

II 출근 · 등교

III 사회생활

IV 집안일

V 외출1

VI 외출2

VII 개인시간

0513

cà phê cốt dừa 카 페 꼿 즈어　코코넛 커피

····▶ Ở các quán cà phê Việt Nam, cà phê cốt dừa được bán phổ biến.

베트남의 커피숍들에서 보편적으로 코코넛 커피를 팝니다.

❶ quán rượu / quán nhậu
술집

❷ đồ nhắm /
món nhậu
안주

❾ nâng ly
잔을 들다

❽ đồ khui nắp chai
병따개

❸ cạn ly
잔을 비우다

❹ bia 맥주

❺ bia tươi
생맥주

❻ gà xiên nướng
닭꼬치

❼ say (rượu) /
xỉn (rượu)
술에 취하다

⑩ rượu 술

⑪ rượu nếp mới
넵 머이 주 (베트남식 보드카)

⑫ rượu trắng 백주, 곡주

⑬ tửu lượng 주량

⑭ rượu cocktail 칵테일

⑮ rượu whisky 위스키

⑯ rượu vang 와인

⑰ quán karaoke 노래방

⑱ quán vỉa hè 포장마차, 노점

⑲ quán bar 바 (Bar)

I 준비

II 출근·등교

III 사회생활

IV 집안일

V 외출1

VI 외출2

VII 개인시간

0514

liên hoan 리엔 호안 회식(하다)

⋯▸ Tháng nào bộ phận của tôi cũng có liên hoan.

매달 우리 부서는 회식이 있습니다.

0515

quán rượu / quán nhậu 꾸안 즈어우(르어우) / 꾸안 녀우 술집

⋯▸ Tôi và các bạn tôi thường hay đi uống bia ở quán rượu đó.

나와 내 친구들은 자주 그 술집에 맥주를 마시러 갑니다.

0516

quán bar 꾸안 바 바

⋯▸ Trên sân thượng khách sạn đó, có quán bar ngoài trời đẹp lắm.

그 호텔 옥상에는 매우 아름다운 야외 바가 있습니다.

0517

nâng ly 넝 리 잔을 들다

⋯▸ Thế, chúng ta nâng ly nhé, chúc mừng anh thăng chức !

그럼 우리 잔을 듭시다, 승진 축하드려요!

0518

cạn ly 깐 리 잔을 비우다

⋯▸ Nào! Cạn ly vì tình bạn của chúng ta!

자! 우리의 우정을 위하여 건배!

0519 bia 비어 맥주

⋯ **Ở Việt Nam, bia 333 rất nổi tiếng.**
베트남에서 333맥주가 매우 유명합니다.

0520 bia tươi 비어 뜨어이 생맥주

⋯ **Buổi tối, quán vỉa hè có rất đông người uống bia tươi.**
저녁에 거리 술집은 생맥주를 마시는 사람들로 붐빕니다.

0521 đồ khui nắp chai 도 쿠이 납 짜이 병따개

⋯ **Chị đưa cho em đồ khui nắp chai kia nhé.**
저에게 저 병따개를 건네 주세요.

0522 đồ nhắm / món nhậu 도 냠 / 몬 녀우 안주

⋯ **Khi uống rượu, tôi thích ăn đồ nhắm là gà rán.**
술을 마실 때 나는 프라이드 치킨을 안주로 먹는 것을 좋아한다.

0523 gà xiên nướng 가 씨엔 느엉 닭꼬치

⋯ **Gà xiên nướng là món đường phố Hàn Quốc ngon mà ai cũng phải nếm thử.**
닭꼬치는 누구나 반드시 맛봐야 하는 맛있는 한국 거리 음식이다.

I 준비

II 출근·등교

III 사회생활

IV 집안일

V 외출1

VI 외출2

VII 개인시간

0524 thịt xiên nướng 팃 씨엔 느엉 고기꼬치

⋯▸ Gia đình tôi ai cũng thích ăn thịt xiên nướng.
우리 가족은 누구나 다 고기꼬치를 좋아한다.

0525 lạc rang / đậu phộng chiên 락 장(랑) / 더우 퐁 찌엔
볶은 땅콩

⋯▸ Lạc rang không chỉ là món nhậu phổ biến mà còn
là một món ăn vặt rất ngon.
볶은 땅콩은 보편적인 안주일 뿐만 아니라 매우 맛있는 간식이다.

0526 say (rượu) / xỉn (rượu) 싸이 즈어우(르어우) / 씬 즈어우(르어우)
술에 취하다

⋯▸ Đêm qua, tôi say quá.
어젯밤에 나는 술에 너무 취했습니다.

0527 chủ quán 쭈 꾸안 가게 주인

⋯▸ Chủ quán này là bạn thân tôi.
이 가게 주인은 내 친한 친구야.

0528 khách quen 카익(칵) 꾸앤 단골 손님

⋯▸ Bà chủ quán đó thường mời khách quen một chai
bia miễn phí.
그 가게 주인 할머니는 자주 단골 손님에게 맥주 한 병을 공짜로 준다.

0529

rót rượu 롯(롯) 즈어우(르어우) 술을 따르다

··· Ở Hàn Quốc, người nhỏ tuổi phải rót rượu cho người lớn tuổi hơn.

한국에서는 나이가 어린 사람이 더 나이가 많은 사람에게 술을 따라줘야 합니다.

0530

rượu 즈어우(르어우) 술

··· Vợ tôi uống rượu thì không ngủ được.

나의 아내는 술을 마시면 잠을 잘 수가 없습니다.

0531

rượu trắng 즈어우(르어우) 짱 백주, 곡주

··· Rượu trắng ở Việt Nam rất mạnh, tôi không uống được.

베트남 백주는 매우 (도수가) 강해서 나는 마실 수가 없습니다.

0532

rượu nếp mới 즈어우(르어우) 넵 머이 넵 머이 주(베트남식 보드카)

··· Rượu nếp mới được làm từ một loại gạo đặc biệt.

넵 머이 주는 특별한 쌀로 만들어집니다.

0533

rượu vang 즈어우(르어우) 방 포도주

··· Khi ăn thịt thì nên uống rượu vang đỏ.

고기를 먹을 때는 적포도주를 먹는 것이 좋습니다.

I 준비

II 출근·등교

III 사회생활

IV 집안일

V 외출 1

VI 외출 2

VII 개인시간

0534
rượu ngoại 즈어우(르어우) 응오아이　양주

⋯▶ Rượu ngoại đắt hơn các loại rượu nội.
양주는 국산 술들보다 비쌉니다.

0535
rượu sâm banh 즈어우(르어우) 썸 바잉(반)　샴페인

⋯▶ Để mừng năm mới, các bạn tôi mở rượu sâm banh.
새해를 축하하기 위해 친구들은 샴페인을 터뜨렸습니다.

0536
rượu cô nhắc 즈어우(르어우) 꼬 냑　꼬냑

⋯▶ Khi uống rượu cô nhắc cho đá vào thì mới ngon hơn.
꼬냑을 마실 때는 얼음을 넣어야 더 맛있습니다.

0537
rượu brandy 즈어우(르어우) 브란디　브랜디

⋯▶ Rượu brandy là loại rượu mạnh.
브랜디는 (도수가) 강한 술 종류입니다.

0538
tửu lượng 뜨우 르엉　주량

⋯▶ Ông ấy là người có tửu lượng cao.
그는 주량이 셉니다.

0539

quán vỉa hè 꾸안 비어 해 포장마차, 노점

⋯▸ Trên đường đi làm về, họ thích ghé vào uống rượu ở một quán vỉa hè.

퇴근길에 그들은 포장마차(노점)에 들려 술을 마시는 것을 좋아합니다.

0540

quán karaoke 꾸안 까라오깨 노래방

⋯▸ Bạn tôi rất thích đi hát ở quán karaoke.

내 친구는 노래방에 노래 부르러 가는 것을 매우 좋아합니다.

0541

nhậu tới bến 녀우 떠이 벤 폭음하다

⋯▸ Sau đêm nhậu tới bến, sáng ra anh ấy bị đau đầu.

밤에 폭음한 후에 아침에 그는 머리가 아팠다.

0542

uống giao bôi 우옹 쟈오(야오) 보이 러브샷

⋯▸ Chú rể và cô dâu uống giao bôi trong đám cưới.

결혼식에서 신랑과 신부가 러브샷을 한다.

0543

sâu rượu 써우 즈어우(르어우) 술고래

⋯▸ Anh ấy thật là sâu rượu. Ngày nào cũng say rượu.

그는 정말 술고래이다. 매일 술에 취해 있다.

I 준비

II 출근 · 등교

III 사회생활

IV 집안일

V 외출 1

VI 외출 2

VII 개인 시간

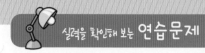
1 단어에 해당하는 뜻을 오른쪽 보기에서 찾아 연결해 보세요.

① máy fax

② thi

③ thức ăn nhanh

④ bia

⑤ kem tươi

ⓐ 시험

ⓑ 팩스

ⓒ 맥주

ⓓ 회의실

ⓔ 생크림

ⓕ 패스트푸드

2 문맥상 빈칸에 들어갈 가장 알맞은 단어를 고르세요.

보기

tửu lượng   điểm danh   nghỉ hè   bánh mì

① Mỗi buổi sáng, thầy giáo đều (   ).
매일 아침 선생님이 출석을 부릅니다.

② Anh ấy (   ) cao.
그는 주량이 셉니다.

③ Buổi tối, cô ấy thường ăn (   ) chay để ăn kiêng.
저녁에 그녀는 다이어트를 위해 주로 채소 반미를 먹습니다.

3 단어에 해당하는 뜻을 써 보세요.

① liên hoan _____

② đá bào _____

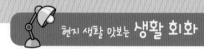
생활 속 회화

Huy Hôm nay trông anh có vẻ mệt, anh bị làm sao thế?

Ji-Min Mỗi ngày tôi đều làm thêm giờ vào buổi tối, mệt mỏi quá.

Huy Thế, chúng ta cùng đi uống cà phê đi!

Ji-Min Ừ, đi.

해석 후이 오늘 오빠 많이 피곤해 보이는데 무슨 일이에요?

지민 매일 야근을 했더니 너무 피곤하네.

후이 그러면 우리 커피 마시러 가시죠.

지민 응. 가자.

단어 **trông A có vẻ ~** A가 ~해 보인다 **mỗi ngày** 매일
làm thêm giờ 잔업하다 **mệt mỏi** 피곤하다 **uống** 마시다 **cà phê** 커피

(1) 나라

☐ **Châu Á** 아시아	☐ **Malaysia, Mã Lai** 말레이시아
☐ **Châu Âu** 유럽	☐ **Việt Nam** 베트남
☐ **Châu Phi** 아프리카	☐ **Mông Cổ** 몽골
☐ **Châu Mỹ** 미주	☐ **Singapore** 싱가포르
☐ **Châu Úc** 오세아니아	☐ **Ấn Độ** 인도
☐ **Hàn Quốc** 한국	☐ **Thái Lan** 태국
☐ **Nhật Bản** 일본	☐ **Bắc Triều Tiên, Triều Tiên** 북한
☐ **Trung Quốc** 중국	☐ **Thổ Nhĩ Kỳ** 터키
☐ **Đài Loan** 대만	☐ **Ả Rập Xê Út** 사우디아라비아
☐ **Hồng Kông** 홍콩	☐ **Cô oét** 쿠웨이트
☐ **Ma cao** 마카오	☐ **Nga** 러시아
☐ **Indonesia** 인도네시아	☐ **Áo** 오스트리아
☐ **Phi Luật Tân** 필리핀	

- [ ] **Đan Mạch**
  덴마크
- [ ] **Mỹ, Hoa Kỳ**
  미국
- [ ] **Canada**
  캐나다
- [ ] **México**
  멕시코
- [ ] **Chi-lê**
  칠레
- [ ] **Anh**
  영국
- [ ] **Pháp**
  프랑스
- [ ] **Ý**
  이탈리아
- [ ] **Hà Lan**
  네덜란드
- [ ] **Đức**
  독일
- [ ] **Thụy Sĩ**
  스위스
- [ ] **Thụy Điển**
  스웨덴
- [ ] **Tây Ban Nha**
  스페인

- [ ] **Hy Lạp**
  그리스
- [ ] **Phần Lan**
  핀란드
- [ ] **Ba Lan**
  폴란드
- [ ] **Na Uy**
  노르웨이
- [ ] **Bồ Đào Nha**
  포르투갈
- [ ] **Ai Cập**
  이집트
- [ ] **Brasil**
  브라질
- [ ] **Úc**
  호주
- [ ] **Niu Di Lân**
  뉴질랜드
- [ ] **Nam Phi**
  남아프리카공화국

(2) 과목

- [ ] **ngữ văn**
  어문, 국어
- [ ] **tiếng Anh**
  영어
- [ ] **tiếng Nhật**
  일본어
- [ ] **tiếng Pháp**
  프랑스어
- [ ] **tiếng Đức**
  독일어
- [ ] **tiếng Trung**
  중국어
- [ ] **toán**
  수학
- [ ] **thể dục**
  체육
- [ ] **mỹ thuật**
  미술
- [ ] **âm nhạc**
  음악
- [ ] **khoa học**
  과학
- [ ] **lịch sử**
  역사
- [ ] **lịch sử thế giới**
  세계사

- [ ] **xã hội**
  사회
- [ ] **kinh tế**
  경제
- [ ] **địa lý**
  지리
- [ ] **vật lý**
  물리
- [ ] **sinh học**
  생물학

(3) 스포츠

- [ ] **bóng đá**
  축구
- [ ] **bóng chày**
  야구
- [ ] **quần vợt**
  테니스
- [ ] **bóng rổ**
  농구
- [ ] **bóng chuyền**
  배구
- [ ] **bóng chuyền chân**
  족구
- [ ] **bóng ném**
  핸드볼
- [ ] **gôn**
  골프
- [ ] **bóng bàn**
  탁구
- [ ] **ma-ra-tông**
  마라톤
- [ ] **cầu lông**
  배드민턴
- [ ] **đấu vật**
  레슬링
- [ ] **trượt tuyết**
  스키

- [ ] **trượt băng**
  스케이트
- [ ] **trượt ván trên tuyết**
  스노우보드
- [ ] **đá cầu**
  제기차기
- [ ] **bơi**
  수영

(4) 직업

□ **hoạ sĩ**
화가

□ **kiến trúc sư**
건축가

□ **nha sĩ**
치과의사

□ **thợ mộc**
목수

□ **quân nhân**
군인

□ **mục sư**
목사

□ **cảnh sát, công an**
경찰

□ **lính cứu hoả**
소방관

□ **tiếp viên hàng không**
스튜어디스, 항공 승무원

□ **phi công**
파일럿

□ **đầu bếp**
요리사

□ **nông dân**
농부

□ **giáo viên**
교사, 선생님

□ **giáo sư**
교수

□ **bác sĩ**
의사

□ **y tá**
간호사

□ **diễn viên**
연예인, 탤런트, 배우

□ **diễn viên điện ảnh**
영화배우

□ **ca sĩ**
가수

□ **nhà thiết kế**
디자이너

□ **người mẫu**
모델

□ **luật sư**
변호사

□ **nhà báo**
신문기자

□ **phóng viên**
기자

□ **nhân viên ngân hàng**
은행원

□ **công chức**
공무원

PART IV

집안일

❶ **rác** 쓰레기

❷ **xô** 양동이

❸ **bụi** 먼지

❹ **giấy phế liệu** 폐지

❺ **giẻ lau** 걸레

❻ **chổi** 빗자루

❼ **xẻng hót rác** 쓰레받기

❽ **thùng rác** 휴지통

❾ **máy hút bụi** 진공청소기

❿ **túi đựng rác** 쓰레기 봉투

⓫ **cây lau nhà** 대걸레, 밀걸레

❷ **vứt** (쓰레기를) 버리다
❸ **ngăn nắp** 가지런하다, 단정하다

❹ **quét** 쓸다
❺ **làm ướt** (물에) 적시다
❻ **vắt** 짜다
❼ **lau** 닦다

❽ **phân loại rác** 분리수거
❾ **rác tái chế** 재활용 쓰레기
❿ **chất thải thực phẩm**
음식물 쓰레기

Ⅰ 준비
Ⅱ 출근·등교
Ⅲ 사회생활
Ⅳ 집안일
Ⅴ 외출 1
Ⅵ 외출 2
Ⅶ 개인시간

0544
dọn dẹp 존(욘) 젭(옙) 청소하다

··▸ Cả ngày tôi dọn dẹp nhà cửa.
하루 종일 나는 집 청소를 했습니다.

0545
máy hút bụi 마이 훗 부이 진공청소기

··▸ Máy hút bụi Hàn Quốc bán chạy.
한국 진공청소기는 잘 팔립니다.

0546
rác 작(락) 쓰레기

··▸ Cấm vứt rác.
쓰레기 투기 금지

0547
giấy phế liệu 저이(여이) 페 리에우 폐지

··▸ Giấy phế liệu bao nhiêu tiền 1 cân?
폐지는 1kg에 얼마인가요?

0548
bụi 부이 먼지

··▸ Con lau bụi trên bàn trước nhé.
얘야, 책상 위에 먼지를 먼저 닦으렴.

0549
☐ **chổi** 쪼이 빗자루

⋯ Anh để chổi ở đâu rồi?
빗자루 어디에 두었어요?

0550
☐ **cái hót rác** 까이 홋 작(락) 쓰레받기

⋯ Anh lấy cái hót rác hót rác trên sân đi nhé.
마당에 쓰레기를 쓰레받기에 담아요.

0551
☐ **thùng rác** 퉁 작(락) 쓰레기통

⋯ Dạo này rất khó tìm được thùng rác trên đường.
요즘에 길에서 쓰레기통을 찾기가 매우 어렵습니다.

0552
☐ **túi đựng rác** 뚜이 등 작(락) 쓰레기 봉투

⋯ Tôi cần mua túi đựng rác.
나는 쓰레기 봉투를 사야 합니다.

0553
☐ **giẻ lau** 재(얘) 라우 걸레

⋯ Mẹ tôi lấy áo cũ làm giẻ lau.
엄마는 낡은 옷으로 걸레를 만들었습니다.

I 준비

II 출근·등교

III 사회생활

IV 집안일

V 외출 1

VI 외출 2

VII 개인시간

cây lau nhà 꺼이 라우 냐 대걸레

⋯ Sáng nào bố tôi cũng lau sàn bằng cây lau nhà.

아침마다 아버지는 대걸레로 마루를 닦습니다.

xô 쏘 양동이

⋯ Cái xô này làm bằng nhôm.

이 양동이는 알루미늄으로 만든 것입니다.

ngăn nắp 응안 납 가지런하다

⋯ Cô ấy luôn sắp xếp những đồ dùng nhà bếp gọn gàng, ngăn nắp.

그녀는 항상 주방용품들을 깔끔하고 가지런하게 정리합니다.

vứt 붓 버리다

⋯ Bãi biển Sao bị ô nhiễm vì người ta vứt rác bừa bãi.

싸오 해변은 사람들이 함부로 쓰레기를 버려서 오염되고 있다.

làm ướt 람 으엇 적시다

⋯ Con làm ướt giẻ lau rồi hãy lau nhé.

얘야, 걸레를 물에 적시고 나서 닦거라.

0559 □ **vắt** 밧 짜다

⋯⋯ Mỗi ngày tôi đều uống nước cam vắt.
매일 나는 (과즙을) 짜낸 오렌지 주스를 마십니다.

0560 □ **quét** 꾸앳 쓸다

⋯⋯ Ở Việt Nam, có tục lệ kiêng quét nhà vào ngày tết.
베트남에서는 설날에 집을 쓸지 않아야 하는 금기풍습이 있습니다.

0561 □ **phủi** 푸이 (먼지 등을) 털다

⋯⋯ Em phủi bụi trên ga trải giường nhé.
동생아, 침대시트 위 먼지를 털어.

0562 □ **cây phủi bụi** 꺼이 푸이 부이 먼지떨이

⋯⋯ Tivi nhiều bụi quá, con lấy cây phủi bụi mà phủi nhé.
티비에 먼지가 너무 많다, 얘야 먼지떨이 가져다가 털어라.

0563 □ **lau** 라우 닦다

⋯⋯ Vào chủ nhật, cả nhà tôi đều lau cửa sổ cho sạch.
일요일에 나의 온 가족은 깨끗하게 창문을 닦았다.

I 준비

II 출근 · 등교

III 사회생활

IV 집안일

V 외출 1

VI 외출 2

VII 개인 시간

0564

phân loại rác 펀 로아이 작(락) 분리수거

··→ Ở Hàn Quốc cần phải phân loại rác.

한국에서는 쓰레기 분리수거를 해야 합니다.

0565

rác tái chế 작(락) 따이 쩨 재활용 쓰레기

··→ Các bạn có biết chúng ta có thể làm gì bằng rác tái chế không?

여러분은 재활용 쓰레기로 우리가 무엇을 만들 수 있는지 알고 있나요?

0566

hộp thu gom rác tái chế 홉 투 곰 작(락) 따이 쩨
재활용품 수거함

··→ Hộp thu gom rác tái chế ở đằng kia.

재활용품 수거함은 저쪽에 있어요.

0567

chất thải thực phẩm 쩟 타이 특 펌 음식물 쓰레기

··→ Chất thải thực phẩm trở thành vấn đề nghiêm trọng cho môi trường.

음식물 쓰레기는 환경에 심각한 문제가 되었다.

0568

nhựa 니으어 플라스틱

··→ Rác nhựa thì được tái sử dụng.

플라스틱 쓰레기는 재활용이 됩니다.

0569 đốt 돗 태우다

··· Cấm đốt rác trái phép.
무단으로 쓰레기를 태우는 것을 금지합니다.

0570 thực hiện tổng vệ sinh 특 히엔 똥 베 신 대청소를 하다

··· Cả nhà tôi thực hiện tổng vệ sinh một tháng một
lần.
우리 가족은 한 달에 한 번씩 대청소를 합니다.

0571 robot hút bụi 로봇 훗 부이 로봇 청소기

··· Sau khi mua được robot hút bụi, mẹ tôi rất hài lòng
và không mệt nữa.
로봇 청소기를 구매하고 난 후 엄마는 매우 만족해하시고 더는 피곤해하지 않습
니다.

I 준비

II 출근·등교

III 사회생활

IV 집안일

V 외출 1

VI 외출 2

VII 개인시간

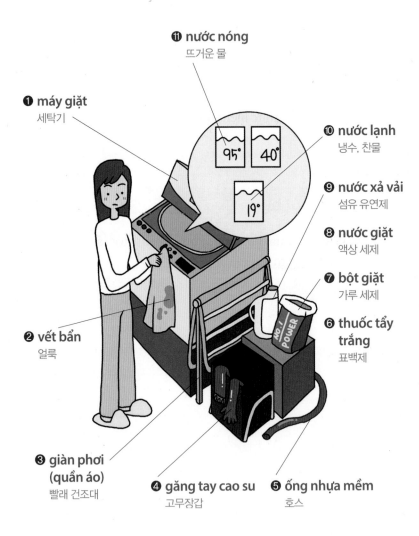

⓫ **nước nóng**
뜨거운 물

❶ **máy giặt**
세탁기

⓿ **nước lạnh**
냉수, 찬물

❾ **nước xả vải**
섬유 유연제

❽ **nước giặt**
액상 세제

❼ **bột giặt**
가루 세제

❷ **vết bẩn**
얼룩

❻ **thuốc tẩy trắng**
표백제

❸ **giàn phơi (quần áo)**
빨래 건조대

❹ **găng tay cao su**
고무장갑

❺ **ống nhựa mềm**
호스

⓬ **phơi** 널다

⓭ **phơi nắng** 볕에 말리다

⓮ **rút** (빨래를) 걷다

⓯ **gấp** (빨래를) 개다

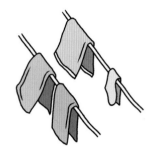

⓰ **là / ủi** 다리다

⓱ **bàn là / bàn ủi** 다리미

⓲ **giặt tay** 손빨래

⓳ **giặt khô là hơi** 드라이클리닝

⓴ **tiệm giặt ủi** 세탁소

㉑ **khâu** 꿰매다

㉒ **bị rách** (옷이) 해지다

㉓ **bị co rút** (옷이) 줄어들다

I 준비

II 출근 · 등교

III 사회생활

IV 집안일

V 외출 1

VI 외출 2

VII 개인시간

0572
giặt giũ 잣(얏) 지우(이우) 빨래

⋯ Vì sống một mình nên tôi tự làm tất cả mọi việc nhà như quét dọn, giặt giũ v.v…
혼자 살기 때문에 나는 청소, 빨래 등 모든 집안일을 스스로 합니다.

0573
máy giặt 마이 잣(얏) 세탁기

⋯ Máy giặt LG được khách hàng ưa chuộng.
LG세탁기는 고객들에게 사랑받습니다.

0574
ống nhựa mềm 옹 니어 멤 호스

⋯ Nước trong ống nhựa mềm bị đóng băng.
호스 안의 물이 얼었습니다.

0575
bột giặt 봇 잣(얏) 가루 세제

⋯ Hãy chọn bột giặt phù hợp cho máy giặt.
세탁기에 맞는 가루 세제를 선택하세요.

0576
nước giặt 느억 잣(얏) 액상 세제

⋯ Quí khách nên dùng nước giặt cho máy giặt lồng ngang.
드럼 세탁기에는 액상 세제를 사용하는 것이 좋습니다.

0577

thuốc tẩy trắng 투옥 떠이 짱 표백제

··· Tôi có nên dùng thuốc tẩy trắng để giặt áo trắng dính mực không?

검은 얼룩이 묻은 흰 옷을 빨기 위해 표백제를 써야 할까요?

0578

nước xả vải 느억 싸 바이 섬유 유연제

··· Khi giặt dùng nước xả vải thì quần áo trở nên mềm mại và để lại mùi thơm.

빨래할 때 섬유 유연제를 쓰면 옷이 부드러워지고 향기가 남습니다.

0579

vết bẩn 벳 번 얼룩

··· Vết bẩn cà phê khó tẩy.

커피 얼룩은 잘 지워지지 않습니다.

0580

máy sấy quần áo 마이 써이 꾸언 아오 건조기

··· Sau khi mua máy sấy quần áo, không cần phơi đồ nữa.

건조기를 사고 나서 빨래를 널 필요가 없습니다.

0581

nước nóng 느억 농 뜨거운 물

··· Khi giặt đồ bằng nước nóng thì tăng khả năng diệt khuẩn.

뜨거운 물로 세탁할 때 살균력이 증가합니다.

I 준비

II 출근·등교

III 사회생활

IV 집안일

V 외출 1

VI 외출 2

VII 개인 시간

nước lạnh 느억 라잉(란) 찬물

···▸ Nếu giặt bằng nước lạnh thì có thể tiết kiệm điện.
찬물로 세탁하면 전기를 절약할 수 있습니다.

găng tay cao su 강 따이 까오 쑤 고무장갑

···▸ Khi giặt tay, chị thường mang găng tay cao su để
bảo vệ da tay.
손빨래 할 때 언니는 손 피부를 보호하기 위해 고무장갑을 껴.

giàn phơi 잔(얀) 퍼이 빨래 건조대

···▸ Cái giàn phơi này rất bền.
이 빨래 건조대는 매우 튼튼합니다.

kẹp quần áo 깹 꾸언 아오 빨래집게

···▸ Tôi cần mua kẹp quần áo.
나는 빨래집게를 사야 합니다.

phơi 퍼이 널다

···▸ Tôi lên sân thượng để phơi quần áo.
나는 빨래를 널기 위해 옥상으로 올라갑니다.

0587

phơi nắng 퍼이 낭　볕에 말리다

⋯▸ Sau khi bơi xong, tôi phơi áo bơi ra nắng.
수영 후에 수영복을 볕에 말립니다.

0588

rút 죳(룻)　(빨래를) 걷다

⋯▸ Con đã rút quần áo vào chưa?
얘야, 빨래 걷었니?

0589

gấp 겁　(빨래를) 개다

⋯▸ Anh ấy gấp quần áo rồi cho vào tủ áo.
그는 옷을 개서 옷장에 넣었습니다.

0590

là / ủi 라 / 우이　다림질하다

⋯▸ Sáng nào anh ấy cũng là áo sơ mi của mình.
아침마다 그는 자신의 셔츠를 다림질합니다.

0591

bàn là / bàn ủi 반 라 / 반 우이　다리미

⋯▸ Anh trai tôi không biết cách sử dụng bàn là.
우리 오빠는 다리미를 사용하는 법을 모릅니다.

giặt tay 쟛(얏) 따이 손빨래

···) Loại áo này không được giặt tay.

이 종류의 옷을 손빨래를 하면 안됩니다.

giặt khô là hơi 쟛(얏) 코 라 허이 드라이클리닝

···) Khách sạn này có dịch vụ giặt khô là hơi.

이 호텔은 드라이클리닝 서비스가 있습니다.

tiệm giặt ủi 띠엠 쟛(얏) 우이 세탁소

···) Ở gần đây có tiệm giặt ủi không?

근처에 세탁소가 있나요?

bị rách 비 쟈익(락) (옷이) 해지다

···) Áo sơ mi này bị rách một lỗ to.

이 셔츠는 해져서 큰 구멍이 하나 났습니다.

bị co lại 비 꼬 라이 (옷이) 줄다

···) Sau khi giặt tay, cái áo lụa này bị co lại.

손빨래를 했더니 이 실크옷이 줄어들었다.

0597

khâu 커우 꿰매다

⋯→ Mẹ dạy tôi cách khâu cúc áo.
엄마가 나에게 단추 꿰매는 법을 가르쳐 주셨습니다.

0598

hộp đựng dụng cụ may vá 홉 등 중(융) 꾸 마이 바
반짇고리

⋯→ Ở đây có bán hộp đựng dụng cụ may vá không?
여기서 반짇고리를 파나요?

I 준비

II 출근·등교

III 사회생활

IV 집안일

V 외출 1

VI 외출 2

VII 개인시간

03 Mua sắm 장보기

❶ bàn tính tiền
계산대

❷ tiền giấy
지폐

❸ tiền xu
동전

❹ thẻ tín dụng
신용카드

❺ túi giấy
종이봉투

❻ túi ni lông
비닐봉투

❼ xe đẩy siêu thị
쇼핑카트

❽ hàng hoá
상품

❾ tiền mặt 현금

❿ túi mua sắm
장바구니

⓫ phiếu ưu đãi
쿠폰

⓬ phiếu quà tặng
상품권

⓭ trả góp 할부

⓮ thanh toán
계산하다, 지불하다

⓯ nhân viên bán hàng
판매원, 점원

⑯ mua sắm trực tuyến 인터넷 쇼핑

⑰ giao hàng 배달하다, 배송하다

⑱ giao hàng miễn phí 무료 배송

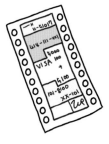

⑲ hoá đơn 영수증

⑳ đổi 교환하다

㉑ trả lại 환불하다, 반품하다

㉒ tiền thừa / thối tiền 거스름돈

㉓ giảm giá 할인하다

㉔ mua 1 tặng 1 1+1

㉕ mua sắm tại nhà 홈쇼핑

I 준비

II 출근·등교

III 사회생활

IV 집안일

V 외출 1

VI 외출 2

VII 개인시간

0599

mua sắm 무어 쌈 물건을 사다, 쇼핑하다

⋯› Phụ nữ thích mua sắm lắm.

여성들은 물건을 사는 것을 매우 좋아합니다.

0600

bàn tính tiền 반 띵 띠엔 계산대

⋯› Nhiều người đang xếp hàng dài ở bàn tính tiền.

많은 사람들이 계산대에 길게 줄을 서 있습니다.

0601

nhân viên bán hàng 년 비엔 반 항 판매원

⋯› Cô ấy là nhân viên bán hàng giỏi trong tháng này.

그녀가 이달의 우수 판매원입니다.

0602

túi mua sắm 뚜이 무어 쌈 장바구니

⋯› Nếu mang theo túi mua sắm thì không cần mua túi ni lông.

장바구니를 가져가면 비닐봉투를 살 필요가 없습니다.

0603

xe đẩy siêu thị 쌔 더이 씨에우 티 쇼핑카트

⋯› Không được kéo xe đẩy siêu thị về nhà.

쇼핑카트를 끌고 집으로 가면 안 됩니다.

0604
tiền mặt 띠엔 맛 현금

⋯→ Hiện nay, người ta không dùng tiền mặt.
요즘에 사람들은 현금을 사용하지 않습니다.

0605
thẻ tín dụng 태 띤 중(융) 신용카드

⋯→ Tôi trả bằng thẻ tín dụng được không?
신용카드로 계산할 수 있나요?

0606
tiền giấy 띠엔 저이(여이) 지폐

⋯→ Máy bán hàng tự động này không dùng tiền giấy được.
이 자동판매기는 지폐를 사용할 수 없습니다.

0607
tiền xu 띠엔 쑤 동전

⋯→ Ông ấy sưu tầm tiền xu của các nước trên thế giới.
그는 전세계 각국의 동전을 수집합니다.

0608
phiếu ưu đãi 피에우 으우 다이 쿠폰

⋯→ Hôm nay siêu thị tặng phiếu ưu đãi 40.000 đồng cho hoá đơn từ 600.000 đồng.
오늘 마트에서는 60만 동 이상의 영수증에 4만 동 쿠폰을 증정합니다.

I 준비

II 출근·등교

III 사회생활

IV 집안일

V 외출 1

VI 외출 2

VII 개인 시간

0609
phiếu quà tặng 피에우 꾸아 땅 상품권

⋯▸ Tôi mua phiếu quà tặng để tặng cho cô giáo tôi.
나는 선생님께 선물하기 위해 상품권을 샀습니다.

0610
thanh toán 타잉(탄) 또안 계산하다, 지불하다

⋯▸ Tôi thanh toán cước điện thoại bằng tiền mặt.
나는 현금으로 전화요금을 지불합니다.

0611
túi giấy 뚜이 져이(여이) 종이봉투

⋯▸ Chị muốn túi giấy hay túi ni lông?
종이봉투 드릴까요 아니면 비닐봉투 드릴까요?

0612
túi ni lông 뚜이 니 롱 비닐봉투

⋯▸ Hàn Quốc cấm sử dụng túi ni lông dùng một lần tại các siêu thị.
한국(정부)은 마트에서 일회용 비닐봉투 사용을 금지했다.

0613
hàng hoá 항 호아 상품

⋯▸ Chủng loại hàng hoá tại siêu thị này đa dạng, phong phú, đảm bảo chất lượng.
이 마트의 상품은 종류가 다양하고 풍부하며 품질을 보장합니다.

0614

☐ **tiền thừa / thối tiền** 띠엔 트어 / 토이 띠엔　거스름돈

⋯⋙ Nếu số tiền thừa nhỏ thì khách hàng được trả lại bằng kẹo.

만약 거스름돈 금액이 적으면 고객은 사탕으로 받습니다.

⋯⋙ Anh giữ thối tiền luôn đi ạ.

거스름돈 안 주셔도 돼요.

0615

☐ **giao hàng** 쟈오(야오) 항　배달하다, 배송하다

⋯⋙ Siêu thị chúng tôi có dịch vụ giao hàng tận nhà.

우리 마트는 문 앞까지 배달하는 서비스가 있습니다.

0616

☐ **giao hàng miễn phí** 쟈오(야오) 항 미엔 피　무료 배송

⋯⋙ Khách hàng có hoá đơn từ 99.000 đồng trở lên được giao hàng miễn phí.

99,000동 이상 구매 영수증을 가진 고객님들은 무료 배송을 받으실 수 있습니다.

0617

☐ **tặng** 땅　증정하다

⋯⋙ Chúng tôi tặng mẫu thử nước hoa cho quý khách mua hàng trên 10.000 uôn.

1만 원 이상 구매 고객님께 향수 샘플을 증정합니다.

I 준비

II 출근·등교

III 사회생활

Ⅳ 집안일

V 외출 1

VI 외출 2

VII 개인시간

0618

trả lại 짜 라이 환불하다, 반품하다

⋯▸ Hàng mua rồi, miễn trả lại ạ.

이미 구매하신 물건은 환불 사절입니다.

0619

đổi 도이 교환하다

⋯▸ Thực phẩm này hết hạn sử dụng rồi, cho tôi đổi hàng khác.

이 식품은 유통기한이 지났어요, 다른 걸로 교환해 주세요.

0620

hoá đơn 호아 던 영수증

⋯▸ Khi muốn đổi hoặc trả lại hàng đã mua, quí khách cần có hoá đơn ạ.

이미 구매하신 상품의 교환이나 환불을 원하실 때 고객님께서는 영수증이 있어야 합니다.

0621

giảm giá 잠(얌) 쟈(야) 할인

⋯▸ Cửa hàng chúng tôi đang có chương trình giảm giá đặc biệt.

우리 가게는 지금 특별 할인 프로그램 중입니다.

0622

giảm 15% 잠(얌) 므어이 람 펀 짬 15% 할인

⋯ Đi một chuyến giảm 15% cho chuyến GrabBike thứ hai.

한 번 그랩바이크를 이용하면 두 번째 이용엔 15% 할인!

0623

mua sắm trực tuyến 무어 쌈 쯕 뚜이엔 인터넷 쇼핑

⋯ Ai cũng thích mua sắm trực tuyến vì giá cả hợp lý.

누구나 다 인터넷 쇼핑을 좋아하는데 가격이 합리적이기 때문입니다.

I 준비

II 출근·등교

III 사회생활

IV 집안일

V 외출 1

VI 외출 2

VII 개인 시간

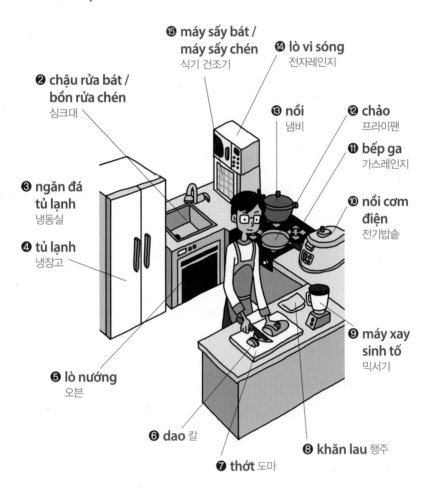

scene 04

Nấu ăn 요리하기

❶ nhà bếp 부엌

❷ chậu rửa bát /
bồn rửa chén
싱크대

❸ ngăn đá
tủ lạnh
냉동실

❹ tủ lạnh
냉장고

❺ lò nướng
오븐

❻ dao 칼

❼ thớt 도마

❽ khăn lau 행주

❾ máy xay
sinh tố
믹서기

❿ nồi cơm
điện
전기밥솥

⓫ bếp ga
가스레인지

⓬ chảo
프라이팬

⓭ nồi
냄비

⓮ lò vi sóng
전자레인지

⓯ máy sấy bát /
máy sấy chén
식기 건조기

⑯ **ấm nước** 주전자

⑰ **lửa** 불

⑱ **nồi áp suất** 압력밥솥

⑲ **nắp** 뚜껑

⑳ **tô nhựa** 볼

㉑ **thìa xới cơm / vá xới cơm**
(밥)주걱

㉒ **thìa múc canh / vá múc canh** 국자

㉓ **màng bọc thực phẩm** 랩

㉔ **giấy bạc** 쿠킹호일, 알루미늄 포일

Ⅰ 준비

Ⅱ 출근 · 등교

Ⅲ 사회생활

Ⅳ 집안일

Ⅴ 외출 1

Ⅵ 외출 2

Ⅶ 개인 시간

㉕ **nấu** 요리하다

㉖ **bóc** (껍질을) 벗기다, 까다

㉗ **cắt** 자르다, 깎다

㉘ **thái** (채소 따위를) 썰다

㉙ **chặt** (고기 따위를) 썰다

㉚ **trộn** 섞다

㉛ **chín** 익히다

㉜ **hấp** 찌다

㉝ **luộc** 삶다

㉞ **đun sôi** 끓이다

㉟ **nướng** 굽다

㊱ **rán / chiên** 튀기다

㊲ **xào** 볶다

㊳ **quay** 통으로 굽다

㊴ nước sốt 소스

㊵ sốt mayonnaise 마요네즈

㊶ nước sốt cà chua 케첩

㊷ hạt tiêu 후추

㊸ muối 소금

㊹ đường 설탕, 당

㊺ nước tương / xì dầu 간장

㊻ dầu ăn 식용유

㊼ dầu mè 참기름

㊽ giấm 식초

Ⅰ 준비

Ⅱ 출근 · 등교

Ⅲ 사회생활

Ⅳ 집안일

Ⅴ 외출 1

Ⅵ 외출 2

Ⅶ 개인시간

0624 **nấu ăn** 너우 안 요리하다

··· Mẹ tôi nấu ăn rất ngon.
우리 엄마는 요리를 매우 맛있게 하십니다.

0625 **nhà bếp** 냐 벱 부엌

··· Nhà bếp và phòng khách ở tầng một.
부엌과 거실은 1층에 있습니다.

0626 **máy sấy bát / máy sấy chén**
마이 써이 밧 / 마이 써이 짼 식기 건조기

··· Máy sấy bát này được bạn tôi tặng quà cưới.
이 식기 건조기는 내 친구에게 결혼 선물로 받은 것입니다.

0627 **máy xay sinh tố** 마이 싸이 씽 또 믹서기

··· Máy xay sinh tố là một thiết bị vô cùng cần thiết và quen thuộc.
믹서기는 매우 필요하고 친숙한 기계입니다.

0628 **tủ lạnh** 뚜 라잉(란) 냉장고

··· Tủ lạnh thì càng lớn càng tốt.
냉장고는 크면 클수록 좋습니다.

0629

ngăn đá tủ lạnh 응안 다 뚜 라잉(란) 냉동실

⋯→ Trong ngăn đá tủ lạnh có nhiều thịt.

냉동실에 많은 고기가 있습니다.

0630

chậu rửa bát / bồn rửa chén
쩌우 즈어(르어) 밧 / 본 즈어(르어) 짼 싱크대

⋯→ Chậu rửa bát này thấp so với chiều cao tôi.

이 싱크대는 내 키에 비해 낮습니다.

0631

khăn lau 칸 라우 행주

⋯→ Tôi luộc khăn lau một lần mỗi tuần để khử trùng.

나는 소독을 위해 매주 한 번씩 행주를 삶습니다.

0632

chảo 짜오 프라이팬

⋯→ Chúng ta nên chọn mua chảo chống dính nào cho
an toàn?

우리는 안전을 위해 어떤 코팅 프라이팬을 선택하여 구매하는 게 좋을까요?

0633

nồi 노이 냄비

⋯→ Hãy thử cho cả cơm và mì tôm vào nồi nấu, bạn sẽ
bất ngờ.

밥과 라면을 다 냄비에 넣어 요리해 보세요, 당신은 깜짝 놀랄 것입니다.

I 준비

II 출근 · 등교

III 사회생활

IV 집안일

V 외출 1

VI 외출 2

VII 개인 시간

dao 자오(야오) 칼

⋯ Con dao này sắc lắm.
이 칼은 매우 날카롭습니다.

thớt 텃 도마

⋯ Thớt gỗ bền hơn thớt nhựa.
나무 도마가 플라스틱 도마보다 튼튼합니다.

bếp ga 뻽 가 가스레인지

⋯ Tôi đang phân vân không biết nên mua bếp ga hay bếp điện từ.
나는 가스레인지를 사는 게 좋을지 인덕션을 사는 게 좋을지 몰라 고민하고 있습니다.

bếp điện từ 뻽 디엔 뜨 인덕션

⋯ Hiện nay bếp điện từ rất phổ biến trên thị trường.
요즘에 인덕션은 시장에서 매우 보편적입니다.

lò vi sóng 로 비 쏭 전자레인지

⋯ Em cho thịt đông lạnh vào lò vi sóng để rã đông.
해동하기 위해 냉동고기를 전자레인지에 넣어라.

I 준비

II 출근·등교

III 사회생활

IV 집안일

V 외출 1

VI 외출 2

VII 개인시간

0639 **nồi cơm điện** 노이 껌 디엔 전기밥솥

··· Nấu cơm bằng nồi cơm điện rất tiện lợi.
전기밥솥으로 밥을 하면 매우 편리합니다.

0640 **lò nướng** 로 느엉 오븐

··· Anh giảm nhiệt độ cho lò nướng giúp em nhé.
여보 오븐 온도를 낮춰주세요.

0641 **nồi áp suất** 노이 압 쑤엇 압력솥

··· Nấu cơm bằng nồi áp suất ngon hơn.
압력솥으로 한 밥이 더 맛있습니다.

0642 **ấm nước** 엄 느억 주전자

··· Trong ấm nước có nước sôi.
주전자 안에 끓인 물이 있습니다.

0643 **tô nhựa** 또 니으어 볼

··· Tôi muốn mua tô nhựa đựng salad.
나는 샐러드 볼을 사고 싶습니다.

0644
nắp 납 뚜껑

⋯▸ Tôi lỡ tay đánh rơi nắp nồi.

(손의) 실수로 냄비 뚜껑을 떨어뜨렸습니다.

0645
thìa xới cơm / vá xới cơm 티어 써이 껌 / 바 써이 껌 주걱

⋯▸ Con lấy thìa xới cơm kia mà xới cơm.

저 주걱으로 밥을 푸거라.

0646
thìa múc canh / vá múc canh
티어 묵 까잉(깐) / 바 묵 까잉(깐) 국자

⋯▸ Sau khi rửa thìa múc canh, chị treo lên giá treo thìa nhé.

국자를 씻은 후에 걸이에 걸어 주세요.

0647
màng bọc thực phẩm 망 복 특 펌 랩

⋯▸ Các bạn hãy dùng thử màng bọc thực phẩm này để bảo quản rau quả tươi.

채소와 과일을 신선하게 보관하기 위해 이 랩을 사용해 보세요.

0648
giấy bạc (bọc thực phẩm) 저이(여이) 박 (복 특 펌) 쿠킹호일

⋯▸ Do giấy bạc chứa kim loại nên có thể gây nhiều tác hại.

쿠킹호일은 금속을 함유하고 있어 많은 해를 끼칠 수 있다.

0649 □ **làm bánh** 람 바잉(반) 베이킹하다

⋯▸ Sáng chủ nhật nào cô ấy cũng làm bánh.
일요일 아침마다 그녀는 베이킹을 합니다.

0650 □ **bóc** 복 벗기다

⋯▸ Bạn trai tôi luôn bóc vỏ tôm cho tôi.
내 남자친구는 항상 나를 위해 새우 껍질을 벗겨줍니다.

0651 □ **cắt** 깟 깎다

⋯▸ Tôi cắt hoa quả không đẹp lắm.
나는 과일을 예쁘게 못 깎습니다.

0652 □ **thái** 타이 (채소 따위를) 썰다

⋯▸ Hãy thái hành tây mỏng như vậy.
이렇게 양파를 얇게 썰어 보세요.

0653 □ **chặt** 짯 (고기 따위를) 썰다

⋯▸ Sau khi luộc gà, chặt gà luộc thành từng miếng.
닭을 삶은 후에 삶은 닭을 조각 조각 썰어 주세요.

0654

☐ **trộn** 쫀 섞다

···➤ Mì nấu chín rồi cho thịt gà vào chảo và trộn.

면을 익힌 다음 닭고기를 팬에 넣고 섞어 주세요.

0655

☐ **chín** 찐 익다

···➤ Thịt chưa chín.

고기가 아직 익지 않았습니다.

0656

☐ **hấp** 헙 찌다

···➤ Hấp bánh bao bao lâu thì chín?

반바오는 얼마나 쪄야 익나요?

0657

☐ **luộc** 루옥 삶다

···➤ Tôi rất thích ăn rau muống luộc.

나는 삶은 공심채(모닝글로리)를 매우 좋아합니다.

0658

☐ **nướng** 느엉 굽다

···➤ Hôm nay tôi định làm tôm nướng và cá khô.

오늘 나는 구운 새우와 생선조림을 할 겁니다.

0659 rán / chiên 잔(란) / 찌엔 튀기다

⋯ Đầu tiên, em rán nem giúp chị nhé.

먼저 언니를 도와서 냄(스프링롤)을 튀겨주렴.

0660 xào 싸오 볶다

⋯ Xào mực với hành tây thì thật ngon.

오징어와 양파를 볶으면 정말 맛있어요.

0661 quay 꾸아이 (통으로) 굽다

⋯ Khi ăn thịt lợn, quay thịt lợn tốt cho sức khoẻ hơn.

돼지고기를 먹을 때 통으로 구워 먹는 것이 더 건강에 좋습니다.

0662 đun sôi 둔 쏘이 끓이다

⋯ Vì sao uống nước đun sôi có nguy cơ gây ung thư?

왜 끓인 물을 마시는 것이 암을 유발할 위험이 있는가?

0663 cháy khét 짜이 캣 타서 냄새가 나는

⋯ Cá trong chảo bị cháy khét.

프라이팬에 생선이 타서 냄새가 납니다.

I 준비

II 출근 · 등교

III 사회생활

IV 집안일

V 외출 1

VI 외출 2

VII 개인시간

0664

bị ôi thiu 비 오이 티우 (음식이) 상하다

⋯▸ Vào mùa hè, thức ăn dễ bị ôi thiu.

여름에 음식물은 쉽게 상합니다.

0665

nước sốt 느억 쏫 소스

⋯▸ Nếu món ăn nhạt thì chị chấm nước sốt cho ngon nhé.

언니 만약 음식이 싱거우면 맛있게 소스에 찍어 먹어요.

0666

nước sốt cà chua 느억 쏫 까 쭈어 케찹

⋯▸ Nước sốt cà chua chua lắm.

케찹은 새콤합니다.

0667

sốt mayonnaise 쏫 마요내 마요네즈

⋯▸ Sốt mayonnaise này có vẻ không tươi lắm.

이 마요네즈는 신선하지 않아 보입니다.

0668

nước tương / xì dầu 느억 뜨엉 / 씨 저우(이어우) 간장

⋯▸ Khi nấu món ăn Hàn Quốc, nước tương không thể thiếu.

한국 요리를 할 때 간장은 꼭 필요합니다.

I 준비

II 출근·등교

III 사회생활

IV 집안일

V 외출 1

VI 외출 2

VII 개인시간

0669 hạt tiêu 핫 띠에우 후추

⋯▸ Khi nướng bò bít tết, chồng tôi luôn rắc hạt tiêu.
스테이크를 구울 때 우리 남편은 항상 후추를 뿌립니다.

0670 muối 무오이 소금

⋯▸ Mặn quá, đừng cho thêm muối vào nữa.
너무 짜요, 소금 더 넣지 마세요.

0671 đường 드엉 설탕

⋯▸ Tôi muốn uống nước cam vắt không đường.
나는 설탕을 뺀 스퀴즈 오렌지 주스를 마시고 싶습니다.

0672 dầu ăn 저우(여우) 안 식용유

⋯▸ Em bật bếp ga rồi cho dầu ăn vào chảo nhé.
가스레인지를 켜고 프라이팬에 식용유를 두르세요.

0673 dầu mè 저우(여우) 매 참기름

⋯▸ Mẹ tôi thường tự ép dầu mè ở nhà.
우리 엄마는 주로 집에서 직접 참기름을 짭니다.

giấm 젬(염) 식초

⋯▸ Giấm có thể làm tươi rau bị héo.

식초는 시든 채소를 신선하게 만들 수 있습니다.

mì chính 미 찡 조미료

⋯▸ Cho ít mì chính vào canh thì ngon hơn nhiều.

국에 조미료를 조금 넣으면 훨씬 맛있습니다.

ớt bột 엇 봇 고춧가루

⋯▸ Để làm kimchi, tôi đã mua ớt bột Hàn Quốc.

김치를 만들기 위해서 나는 한국 고춧가루를 샀습니다.

tỏi băm 또이 밤 다진 마늘

⋯▸ Khi nấu canh rong biển thì tôi thường cho một thìa tỏi băm vào.

미역국을 요리할 때 나는 주로 다진 마늘 한 스푼을 넣습니다.

mạch nha 마익(막) 냐 물엿

⋯▸ Sau khi xào rau với mực, cho một chút mạch nha vào.

야채와 오징어를 볶은 다음 물엿을 조금 넣는다.

0679 nồi chiên không dầu 노이 찌엔 콩 저우　에어프라이어

⋯⋯ Tôi bắt đầu nấu ăn giỏi từ khi mua nồi chiên không dầu.

나는 에어프라이어를 산 이후로 요리를 잘하기 시작했습니다.

0680 nếm 넴　맛보다, 시음하다

⋯⋯ Hãy nếm thử miếng bánh này.

이 빵 조각을 한번 맛 보세요.

⋯⋯ Tôi muốn nếm thử rượu vang.

나는 와인을 시음해 보고 싶어요.

0681 hâm nóng 험 놈　데우다

⋯⋯ Con hâm nóng canh mà ăn nhé.

얘야 국을 데워 먹으렴.

0682 nguội 응우오이　식다

⋯⋯ Món này nóng quá, tôi chờ một chút cho nguội.

이 음식이 너무 뜨거워서 식히기 위해 잠시 기다립니다.

Trang trí nội thất 실내장식

❶ **rèm**
커튼

⓫ **đinh**
못

❿ **đóng đinh**
못을 박다

❾ **giấy dán tường**
벽지

❽ **tường**
벽

❷ **cửa sổ**
창문

❼ **ổ cắm điện**
콘센트

❸ **ghế sofa**
소파

❹ **bàn**
테이블

❺ **lọ hoa**
꽃병

❻ **khung ảnh**
사진 액자

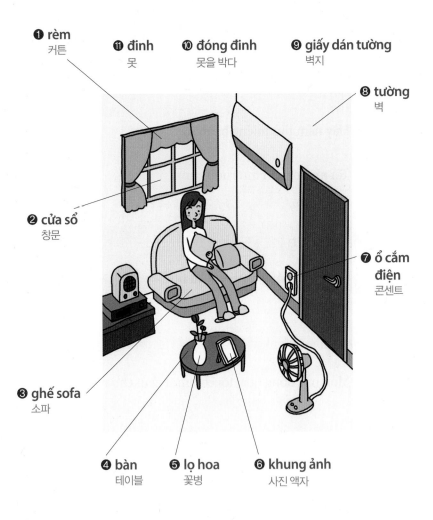

⑫ đồ nội thất / đồ đạc 가구
⑬ thoải mái 편안하다
⑭ sáng 밝다
⑮ tối 어둡다

⑯ sàn nhà 마루
⑰ thảm 카펫
⑱ trần nhà 천장
⑲ đồng hồ treo tường 벽시계
⑳ kệ 선반
㉑ sơn 페인트

Ⅰ 준비

Ⅱ 출근·등교

Ⅲ 사회생활

Ⅳ 집안일

Ⅴ 외출1

Ⅵ 외출2

Ⅶ 개인시간

0683
trong nhà 쫑 냐 실내

⋯ Bây giờ nhiệt độ trong nhà là 25 độ C.

지금 실내 온도는 섭씨 25도입니다.

0684
trang trí nội thất 짱 찌 노이 텃 인테리어

⋯ Trước khi dọn đến ở, tôi sẽ trang trí lại nội thất ngôi nhà.

이사 들어가기 전에 나는 집을 다시 인테리어 할 예정입니다.

0685
cửa sổ 끄어 쏘 창문

⋯ Cửa sổ này khoá rồi.

이 창문은 잠겼습니다.

0686
rèm 쟴(램) 커튼

⋯ Phòng này tối quá, em mở rèm đi.

이 방이 너무 어둡네, 동생아 커튼을 열어.

0687
đồ nội thất 도 노이 텃 가구

⋯ Đây là cửa hàng trưng bày đồ nội thất, mời quý khách xem thử ạ.

여기는 가구 전시 매장입니다. 고객님 둘러보세요.

0688 ghế sofa 게 쏘빠 소파

···→ Anh ấy luôn nằm trên ghế sofa xem tivi.
그는 항상 소파에 누워 티비를 봅니다.

0689 bàn 반 테이블

···→ Em lau bàn cho sạch nhé.
너는 깨끗하게 테이블을 닦으렴.

0690 lọ hoa 로 호아 꽃병

···→ Nó lỡ làm vỡ lọ hoa trên bàn.
그 애는 실수로 테이블 위에 꽃병을 깨뜨렸다.

0691 khung ảnh 쿵 아잉(안) 액자

···→ Bức ảnh trong khung ảnh này do bạn gái tôi chụp.
이 액자 속의 사진은 내 여자친구가 찍은 거예요.

0692 tường 뜨엉 벽

···→ Trên tường có một bức tranh thêu.
벽에 자수 그림 하나가 있습니다.

I 준비

II 출근·등교

III 사회생활

IV 집안일

V 외출 1

VI 외출 2

VII 개인시간

0693

đóng đinh 통 딩 못을 박다

⋯▸ Chồng tôi đóng đinh rất giỏi.
우리 남편은 못을 매우 잘 박습니다.

0694

sàn nhà 싼 냐 마루

⋯▸ Hãy cẩn thận nhé, sàn nhà này trơn quá.
조심하세요, 이 마루는 매우 미끄러워요.

0695

thảm 탐 카펫

⋯▸ Cái thảm này bố tôi đã mua ở Ý về.
이 카펫을 아버지께서 이탈리아에서 사오셨습니다.

0696

trần nhà 쩐 냐 천장

⋯▸ Phòng này trần nhà quá cao.
이 방은 천장이 너무 높습니다.

0697

đồng hồ treo tường 동 호 쨰오 뜨엉 벽시계

⋯▸ Seiko là thương hiệu đồng hồ treo tường nổi tiếng của Nhật Bản.
세이코는 일본의 유명한 벽시계 브랜드입니다.

0698

kệ 께 선반

⟶ Tôi muốn treo kệ lên tường.
나는 선반을 벽에 달고 싶습니다.

0699

sơn 썬 페인트

⟶ Một mình tôi có thể quét sơn cho phòng này
không?
나 혼자서 이 방에 페인트를 칠할 수 있을까요?

0700

thoải mái 토아이 마이 편하다

⟶ Không gì thoải mái bằng vừa nằm trên ghế sofa
vừa chơi điện thoại.
소파에 누워 스마트폰 하는 것보다 편한 게 없다.

0701

sáng 쌍 밝다

⟶ Đèn LED sáng nhất trong các loại đèn.
각종 스탠드 중에 LED등이 제일 밝습니다.

0702

tối 또이 어둡다

⟶ Phòng trong thì hơi tối vào buổi chiều.
안쪽 방은 오후에 약간 어둡습니다.

I 준비

II 출근·등교

III 사회생활

IV 집안일

V 외출 1

VI 외출 2

VII 개인시간

1 단어에 해당하는 뜻을 오른쪽 보기에서 찾아 연결해 보세요.

❶ thảm   ⓐ 카펫

❷ rác   ⓑ 커튼

❸ bàn là / bàn ủi   ⓒ 냉장고

❹ tiền thừa / thối tiền   ⓓ 다리미

❺ tủ lạnh   ⓔ 쓰레기

                                ⓕ 거스름돈

2 문맥상 빈칸에 들어갈 가장 알맞은 단어를 고르세요.

보기

ghế sofa   bụi   máy giặt   hoá đơn

❶ Em lau (   ) trên bàn đã.
저 일단 테이블 위에 먼지를 먼저 닦을게요.

❷ Tôi đánh mất (   ) rồi.
나는 영수증을 잃어버렸습니다.

❸ Loại (   ) đời mới rất được khách hàng ưa chuộng.
이런 종류의 신형 세탁기는 고객들에게 매우 인기 있습니다.

3 단어에 해당하는 뜻을 써 보세요.

❶ cửa sổ　　　　　　　_____

❷ trang trí nội thất　　　_____

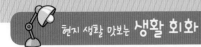

생활 속 회화

Mẹ Dũng	Cuối tuần, họ hàng sẽ đến thăm nhà, thế nên hôm nay dọn phòng đi con nhé.
Dũng	Con không muốn dọn phòng hôm nay ạ, con làm ngày mai được không mẹ ạ?
Mẹ Dũng	Tốt nhất là hôm nay dọn thôi con. Nếu thấy phòng con bừa bộn như vậy, các bác các chú sẽ ngạc nhiên lắm đấy con ạ.
Dũng	Vâng, con sẽ làm ngay ạ.

해석

엄마 주말에 친척들이 집에 방문하실 거야, 그러니 오늘 방을 청소해라, 얘야.

중 오늘 방 청소하기 싫어요, 내일 해도 돼요, 엄마?

엄마 오늘 하는 게 제일 좋아, 얘야. 만약 이렇게 방이 지저분한 거 보시면 큰아버지, 작은아버지들이 너무 놀라실 거야, 얘야.

중 네, 지금 당장 할게요.

단어 họ hàng 친척 dọn phòng 방을 청소하다 tốt nhất 제일 좋은 것
bừa bộn 어지럽다, 지저분하다 ngạc nhiên 놀라다 ngay 즉시, 당장

(1) 곡식

☐ **gạo**
쌀

☐ **óc chó**
호두

☐ **gạo lứt**
현미

☐ **hạt dẻ**
밤

☐ **gạo đen**
흑미

☐ **gạo nếp**
찹쌀

☐ **hạt kê**
좁쌀

☐ **lúa mạch**
보리

☐ **lúa mì**
밀

☐ **kiều mạch**
메밀

☐ **đậu**
콩

☐ **đậu đỏ**
팥

☐ **đậu thận**
강낭콩

☐ **đậu hà lan**
완두콩

☐ **lạc / đậu phộng**
땅콩

(2) 과일

☐ **táo**
사과

☐ **dưa hấu**
수박

☐ **dưa lưới**
멜론

☐ **hồng**
감

☐ **nho**
포도

☐ **lê**
배

☐ **đào**
복숭아

☐ **dâu tây**
딸기

☐ **quýt**
귤

☐ **dứa / thơm**
파인애플

☐ **chanh**
레몬

☐ **chôm chôm**
람부탄

☐ **sầu riêng**
두리안

☐ **thanh long**
용과

☐ **xoài**
망고

☐ **măng cụt**
망고스틴

☐ **cam**
오렌지

☐ **chuối**
바나나

☐ **bưởi**
자몽

☐ **đu đủ**
파파야

☐ **ổi**
구아바

☐ **vải**
리치

☐ **nhãn**
용안

(3) 채소

☐ **dưa chuột** 오이	☐ **ớt** 고추
☐ **bí** 호박	☐ **rau bina** 시금치
☐ **khoai tây** 감자	☐ **cần tây** 샐러리
☐ **khoai lang** 고구마	☐ **ớt chuông** 피망
☐ **hành** 파	☐ **ngò tây** 파슬리
☐ **hành tây** 양파	☐ **ô liu** 올리브
☐ **cà rốt** 당근	☐ **giá đỗ tương** 콩나물
☐ **súp lơ xanh** 브로콜리	☐ **giá đỗ** 숙주
☐ **cải bắp** 양배추	☐ **hẹ** 부추
☐ **cải thảo** 배추	☐ **cà chua** 토마토
☐ **củ cải** 무	☐ **cà tím** 가지
☐ **tỏi** 마늘	☐ **bắp ngô** 옥수수
☐ **gừng** 생강	☐ **nấm** 버섯

(4) 꽃과 나무

☐ **mộc nhĩ**
목이버섯

☐ **nấm kim châm**
팽이버섯

☐ **nấm đông cô**
표고버섯

☐ **nấm mỡ**
송이버섯

☐ **tần ô**
쑥갓

☐ **hoa hồng**
장미

☐ **hoa cúc**
국화

☐ **hoa hồng sharon**
무궁화

☐ **hoa ly**
백합

☐ **hoa chuông vàng**
개나리

☐ **hoa đỗ quyên**
진달래

☐ **hướng dương**
해바라기

☐ **hoa anh đào**
벚꽃

☐ **hoa cải vàng**
유채꽃

☐ **hoa sen**
연꽃

☐ **hoa dại**
야생화

☐ **hoa mai**
매화

☐ **cây thông / cây tre**
소나무 / 대나무

(5) 새

- [ ] **chim**
  새
- [ ] **gà**
  닭
- [ ] **gà con**
  병아리
- [ ] **ngỗng**
  거위
- [ ] **thiên nga**
  백조
- [ ] **vịt**
  오리
- [ ] **chim sẻ**
  참새
- [ ] **chim én**
  제비
- [ ] **chim bồ câu**
  비둘기
- [ ] **chim hải âu**
  갈매기
- [ ] **ác là**
  까치
- [ ] **quạ**
  까마귀
- [ ] **chim đại bàng**
  독수리

- [ ] **chim ưng**
  매
- [ ] **vẹt**
  앵무새
- [ ] **cú mèo**
  부엉이
- [ ] **cú**
  올빼미
- [ ] **gà lôi**
  꿩

PART V

외출 1

❶ **địa điểm**
장소

❷ **vui** 기쁘다

❸ **nói chuyện**
이야기하다

❹ **thời gian**
시간

⓫ **tháp đồng hồ**
시계탑

❿ **sành điệu**
멋쟁이

❾ **chờ / đợi**
기다리다

❽ **gặp**
만나다

❺ **cặp đôi**
연인, 커플

❻ **rủ**
청하다

❼ **hẹn**
약속하다

⑫ **yêu từ cái nhìn đầu tiên**
첫눈에 반하다

⑬ **tình yêu sét đánh**
첫눈에 반한 사랑

⑭ **kết hôn** 결혼하다

⑮ **đính hôn** 약혼하다

⑯ **làm quen** 사귀다

⑰ **tìm bạn trai/gái**
남자/여자친구를 찾다

⑱ **cầm tay** 손을 잡다

⑲ **chia tay** 헤어지다

⑳ **tan vỡ** 깨지다

㉑ **bị đá** 차이다

I 준비
II 출근·등교
III 사회생활
IV 집안일
V 외출 1
VI 외출 2
VII 개인 시간

0703
☐ **hẹn hò** 핸 호 데이트

⋯ Tôi đã mua một chiếc áo mới cho buổi hẹn hò đầu tiên.

나는 첫 데이트를 위해 새 옷을 한 벌 샀습니다.

0704
☐ **yêu đương** 이에우 드엉 연애하다

⋯ Yêu với đương gì!

연애는 개뿔!

0705
☐ **địa điểm** 디어 디엠 장소

⋯ Cho em biết thời gian và địa điểm nhé.

저에게 시간과 장소를 알려 주세요.

0706
☐ **rủ** 주(루) 청하다

⋯ Anh muốn rủ em đi xem phim với anh.

나는 당신에게 나와 같이 영화를 보러 가자고 청하고 싶습니다.

0707
☐ **thời gian** 터이 쟌(얀) 시간

⋯ Xin lỗi, tôi không có thời gian để gặp anh.

미안하지만 당신을 만날 시간이 없습니다.

0708
hẹn 핸 약속하다

⋯ Chị đã hẹn đi ăn cơm với anh ấy vào thứ hai tuần sau.
다음 주 월요일에 그와 식사하러 가기로 약속했어.

0709
lần sau 런 싸우 다음 번

⋯ Thứ bảy này anh bận một chút, để lần sau nhé.
이번 주 토요일엔 내가 좀 바빠서 다음 번에 하자.

0710
tháp đồng hồ 탑 동 호 시계탑

⋯ Chúng ta gặp nhau ở trước tháp đồng hồ nhé.
우리 시계탑 앞에서 만나요.

0711
cặp đôi 깝 도이 연인

⋯ Cặp đôi kia trông hạnh phúc quá.
저 연인은 매우 행복해 보입니다.

0712
sành điệu 싸잉(싼) 디에우 멋쟁이인

⋯ Bạn ấy sành điệu nhất trong lớp chúng tôi.
그 친구는 우리 반에서 제일 멋쟁이죠.

I 준비

II 출근·등교

III 사회생활

IV 집안일

V 외출 1

VI 외출 2

VII 개인시간

0713

gặp 갑 만나다

⋯▸ Chúng tôi chỉ gặp nhau có hai lần thôi.
우리는 겨우 두 번 만났습니다.

0714

nói chuyện 노이 쭈이엔 이야기하다

⋯▸ Không có gì vui bằng nói chuyện với các bạn tôi.
친구들과 이야기하는 것만큼 즐거운 것이 없다.

0715

vui 부이 기쁘다, 즐겁다

⋯▸ Rất vui được gặp bạn.
당신을 만나게 되어 매우 기쁩니다.

0716

ấn tượng 언 뜨엉 인상

⋯▸ Anh ấy gây ấn tượng tốt ngay từ lần gặp đầu tiên.
그는 처음 만났을 때부터 바로 좋은 인상을 남겼어요.

0717

yêu từ cái nhìn đầu tiên, tình yêu sét đánh
이에우 뜨 까이 닌 더우 띠엔, 띵 이에우 쌧 다잉(단) 첫눈에 반하다, 첫눈에 반함

⋯▸ Hai người yêu nhau từ cái nhìn đầu tiên.
두 사람은 첫눈에 반했습니다.

⋯▸ Tôi không tin vào tình yêu sét đánh.
나는 첫눈에 반한 사랑을 믿지 않는다.

0718
☐ **kết hôn** 껫 혼 결혼하다

⋯⋯ Anh trai mình đã kết hôn vào năm ngoái.
나의 오빠는 작년에 결혼했다.

0719
☐ **đính hôn** 딩 혼 약혼하다

⋯⋯ Đây là nhẫn đính hôn của tôi.
이것은 나의 약혼 반지입니다.

0720
☐ **ly hôn** 리 혼 이혼하다

⋯⋯ Dạo này, số các cặp vợ chồng ly hôn càng ngày càng tăng lên.
요즘에 이혼한 부부의 수가 나날이 증가하고 있습니다.

0721
☐ **cầu hôn** 꺼우 혼 프로포즈하다, 구혼하다

⋯⋯ Em trai tôi cầu hôn bạn gái mình.
내 남동생은 여자친구에게 프로포즈했습니다.

0722
☐ **xem mắt** 쌤 맛 선을 보다

⋯⋯ Mẹ Hà ép cô ấy đi xem mắt.
하의 어머니는 그녀가 선을 보러 가길 강요한다.

I 준비

II 출근·등교

III 사회생활

IV 집안일

V 외출 1

VI 외출 2

VII 개인시간

làm quen 람 꾸앤 사귀다

⋯▸ Ước muốn của tôi là làm quen với một cô gái xinh đẹp.

내 소원은 예쁜 여자와 사귀는 것입니다.

tìm bạn gái/trai 띰 반 가이/짜이 여자/남자친구를 찾다

⋯▸ Cô ấy đang tìm bạn trai còn anh ấy thì cũng đang tìm bạn gái.

그녀는 남자친구를 찾고 있고 그도 여자친구를 찾고 있습니다.

cầm tay 껌 따이 손을 잡다

⋯▸ "Cầm tay anh, dựa vai anh, kề bên anh"

"내 손을 잡고 내 어깨에 기대, 내 곁에 있어"(노래 가사)

chia tay 찌어 따이 헤어지다

⋯▸ Họ đã chia tay nhau sau 3 năm chung sống.

그들은 3년을 함께 살고 헤어졌다.

tan vỡ 딴 버 깨지다

⋯▸ Sau khi tình yêu đầu tan vỡ, cô ấy đã trải qua những ngày tháng vô cùng cô đơn.

첫사랑이 깨진 후에 그녀는 엄청나게 외로운 나날을 보냈다.

0728

bị đá 비 다 차이다

···› Anh ta lại bị đá.
그는 또 차였습니다.

0729

mối tình đầu 모이 띵 더우 첫사랑

···› Bạn có mối tình đầu thế nào? Bạn còn nhớ người ấy không?
당신의 첫사랑은 어땠나요? 아직 그 사람이 그립나요?

0730

yêu đơn phương 이에우 던 프엉 짝사랑하다

···› Mình yêu đơn phương anh ấy 3 năm mà không dám tỏ tình.
나는 그를 짝사랑만 3년 했는데 감히 고백을 못 하겠다.

0731

cô gái xinh đẹp 꼬 가이 씽 댑 예쁜 여자

···› Đàn ông nào cũng thích các cô gái xinh đẹp.
남자들은 다 예쁜 여자를 좋아한다.

0732

chàng trai đào hoa 짱 짜이 다오 호아 멋진 남자

···› Trong công ty tôi không có một chàng trai nào đào hoa.
우리 회사에는 멋진 남자가 한 명도 없다.

I 준비

II 출근·등교

III 사회생활

IV 집안일

V 외출 1

VI 외출 2

VII 개인시간

0733

bắt ca hai tay 밧 까 하이 따이 양다리를 걸치다

⋯⋅ Cô gái bắt cá hai tay nói: "Em yêu anh nhưng trái tim em dành trọn cho anh ấy".

양다리를 걸친 아가씨가 말하길 "나는 오빠를 사랑하지만 내 심장은 그에게 다 빼앗겼어요."

0734

bị cắm sừng 비 깜 쏭 외도/바람피는 것을 당하다

⋯⋅ Anh ấy bị người yêu cắm sừng nên khóc suốt ngày.

그는 애인에게 배신을 당해서 하루 종일 운다.

0735

hôn 혼 입맞춤하다

⋯⋅ Cho đến nay, tôi chưa từng hôn một người con trai nào cả.

지금까지 나는 어떤 남자와도 입맞춤하지 않았어요.

0736

ôm 옴 포옹하다, 안다

⋯⋅ Trước khi đi làm, mẹ luôn ôm tôi và nói: "Mẹ yêu con".

출근 전에 엄마는 항상 나를 안고 사랑한다고 말해준다.

0737

làm nũng 람 눙 애교를 떨다

⋯⋅ Cô ấy luôn làm nũng khiến bạn trai mình tắm trong sung sướng.

그녀는 애교가 많아서 남자친구가 기쁨에 허우적대도록 만든다.

0738
ghen tuông 갠 뚜옹 질투하다

→ Bạn gái tôi quá ghen tuông khiến tôi mệt mỏi.
내 여자친구는 질투가 너무 심해 날 지치게 한다.

0739
nhớ 녀 그리워하다

→ Khi sống xa gia đình, tôi nhớ gia đình lắm.
가족과 멀리 떨어져서 살 때 나는 가족이 매우 그립다.

0740
thay lòng đổi dạ 타이 롱 도이 자(야) 변심하다

→ Bạn gái đang thay lòng đổi dạ, tôi không biết phải giữ cô ấy cách nào.
여자친구가 변심했다, 나는 그녀를 어떤 방법으로 잡아야 하는지 모르겠다.

0741
cãi nhau 까이 냐우 말싸움하다

→ Hai vợ chồng tôi thường cãi nhau nhưng cố gắng làm lành càng sớm càng tốt.
우리 부부는 자주 말싸움을 하지만 최대한 빨리 화해하려고 노력합니다.

0742
đánh nhau 다잉(단) 냐우 (치고 박고) 싸우다

→ Chúng nó đánh nhau ở trường nên bị đình chỉ học một năm.
그 애들은 학교에서 서로 치고 박고 싸워서 1년 정학을 당했다.

I 준비

II 출근·등교

III 사회생활

IV 집안일

V 외출 1

VI 외출 2

VII 개인시간

0743

☐ **theo đuổi** 태오 두오이 쫓아다니다

⋯▸ Cô ấy là nữ sinh đẹp nhất trong trường nên nhiều chàng trai luôn theo đuổi cô.

그녀는 학교에서 제일 예쁜 여학생이어서 많은 남자들이 항상 그녀를 쫓아다닌다.

0744

☐ **thờ ơ** 터 어 무관심한

⋯▸ Cô ấy vẫn thờ ơ với anh ấy.

그녀는 여전히 그에게 무관심하다.

0745

☐ **mẫu người lý tưởng** 머우 응으어이 리 뜨엉 이상형

⋯▸ Mẫu người lý tưởng của tôi là một người có trái tim chân thành.

내 이상형은 진실한 마음을 가진 사람이다.

0746

☐ **thất tình** 텃 띵 실연하다

⋯▸ Khi bị thất tình, tôi cố gắng thay đổi bản thân mình.

실연당했을 때 나는 내 자신을 변화시키려 노력했다.

0747

☐ **từ chối** 뜨 쪼이 거절하다

⋯▸ Cô ấy từ chối tình cảm của tôi vì tôi đã nghèo lại xấu.

그녀는 내가 가난하고 못생겨서 내 마음을 거절했다.

0748

điển trai 디엔 짜이 잘생기다

→ Đúng là anh điển trai, ga lăng nhưng xin lỗi tôi không hứng thú đâu.

오빠가 잘생기고 매너좋은 건 맞는데 미안하지만 저는 관심없어요.

0749

phản bội 반 보이 배신하다

→ Tình cờ xem điện thoại của chồng, chị ấy phát hiện ra chồng đã phản bội mình.

우연히 남편의 전화를 보고 그녀는 남편이 자신을 배신했다는 것을 알았다.

I 준비

II 출근·등교

III 사회생활

IV 집안일

V 외출 1

VI 외출 2

VII 개인시간

Rạp chiếu phim

❶ **phim** 영화

❿ **vé xem phim**
영화티켓, 표

❾ **cửa thoát hiểm**
비상구

❷ **màn hình**
스크린

❸ **buồn cười**
웃기다

❹ **hay** 재미있다

❺ **đoạn giới thiệu**
예고편

❻ **chiếu phim**
영화를 상영하다

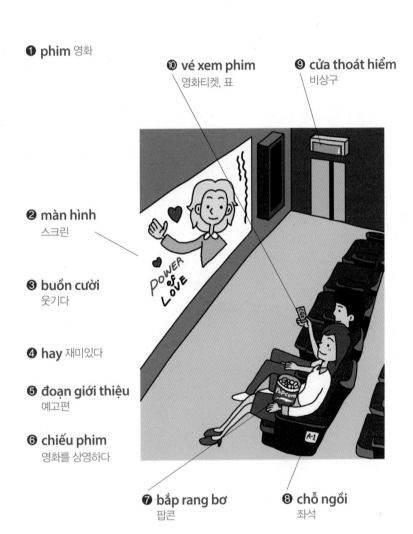

POWER OF LOVE

Popcorn

A-1

❼ **bắp rang bơ**
팝콘

❽ **chỗ ngồi**
좌석

⓫ **biển quảng cáo** 간판

⓬ **mua** 사다

⓭ **bán** 팔다

⓮ **khởi chiếu** 개봉하다

⓯ **chán** 지루하다, 재미없다

⓰ **buồn** 슬프다

⓱ **quảng cáo** 광고하다

⓲ **diễn** 연기하다

⓳ **biểu diễn** 공연하다

Ⅰ 준비

Ⅱ 출근 · 등교

Ⅲ 사회생활

Ⅳ 집안일

Ⅴ 외출 1

Ⅵ 외출 2

Ⅶ 개인시간

0750

☐ **rạp chiếu phim** 잡(랍) 찌에우 핌 영화관

⋯⋯ Rạp chiếu phim này rất hiện đại, có chất lượng dịch vụ hàng đầu.
이 영화관은 매우 현대적이고 최고의 서비스 질을 가지고 있다.

0751

☐ **phim** 핌 영화

⋯⋯ Tối nay, nếu em rảnh thì chúng ta cùng đi xem phim nhé.
오늘 저녁에 만약 시간이 있으면 우리 같이 영화 보러 가자.

0752

☐ **vé xem phim** 배 쌤 핌 영화표

⋯⋯ Hiện nay, ở rạp CGV một vé xem phim giá 95.000 đồng.
요즘에 CGV 영화관에서는 영화표 한 장에 95.000동이다.

0753

☐ **chỗ ngồi** 쪼 응오이 좌석

⋯⋯ Khi xem phim, chỗ ngồi nào tốt nhất?
영화볼 때 어느 좌석이 제일 좋은가요?

0754

☐ **màn hình** 만 힝 스크린

⋯⋯ Nếu ngồi gần màn hình thì đau cổ lắm.
스크린에 가까운 데 앉으면 목이 매우 아프다.

0755

hay 하이 재미있다

→ Phim này hay lắm, đã thu hút hàng chục triệu khán giả.
이 영화는 매우 재미있어 수천만의 관객을 동원했다.

0756

buồn cười 부온 꾸어이 웃긴

→ Tôi thích câu chuyện buồn cười.
나는 웃긴 이야기를 좋아한다.

0757

chiếu phim 찌에우 핌 상영하다

→ Mấy giờ chiếu phim <Biệt đội siêu anh hùng>?
〈어벤져스〉는 몇 시에 상영하나요?

0758

đoạn giới thiệu 도안 져이(여이) 티에우 예고편

→ Đạo diễn <Get out> tung đoạn giới thiệu của phim mới.
〈겟아웃〉감독은 새 영화 예고편을 공개했습니다.

0759

cửa thoát hiểm 꾸어 토앗 히엠 비상구

→ Trước khi xem phim, hãy kiểm tra cửa thoát hiểm gần bạn nhất.
영화를 시청하기 전에 제일 가까운 비상구를 확인하세요.

I 준비

II 출근 · 등교

III 사회생활

IV 집안일

V 외출 1

VI 외출 2

VII 개인 시간

0760 **bắp rang bơ** 밥 장(랑) 버 팝콘

→ Tôi thích vừa xem phim vừa ăn bắp rang bơ.

나는 영화를 보면서 팝콘을 먹는 것을 좋아한다.

0761 **biển quảng cáo** 비엔 꾸앙 까오 간판

→ Biển quảng cáo này rất dễ nhìn thấy từ xa.

이 간판은 멀리서도 매우 잘 보입니다.

0762 **mua** 무어 사다

→ Để mình mua vé xem phim nhé.

내가 영화표를 살게.

0763 **bán** 반 팔다

→ Chị bán cho tôi hai vé xem phim <Câu chuyện đồ chơi 4>.

〈토이스토리4〉 표 두 장 파세요.

0764 **khởi chiếu** 커이 찌에우 개봉하다

→ Những phim nào sẽ khởi chiếu vào tháng 5 năm 2020?

2020년 5월에는 어떤 영화들이 개봉하나요?

0765

buồn 부온 슬프다

⋯→ Bộ phim này rất buồn nên ngay cả bố tôi cũng khóc.
이 영화는 매우 슬퍼서 우리 아버지까지 우셨다.

0766

chán 짠 지루하다

⋯→ Bộ phim <Vùng đất linh hồn>, tôi dù xem bao
nhiêu lần cũng không chán.
영화 〈센과 치히로의 행방불명〉은 내가 여러 번 봐도 지루하지 않다.

0767

quảng cáo 꾸앙 까오 광고(하다)

⋯→ Vì sao khán giả bắt buộc xem những đoạn quảng
cáo trong rạp chiếu phim?
왜 관객들은 강제로 영화관 광고들을 봐야만 하는가?

0768

diễn 지엔(이엔) 연기하다

⋯→ Ngôi sao điện ảnh trẻ này diễn giỏi làm cho mọi
khán giả xúc động.
이 젊은 영화배우는 연기를 매우 잘해서 모든 관객을 감동시켰다.

0769

biểu diễn 비에우 지엔(이엔) 공연하다

⋯→ Ở khu này, người ta biểu diễn trên đường phố hay lắm.
이 지역에서는 사람들이 거리 공연을 매우 잘합니다.

I 준비

II 출근·등교

III 사회생활

IV 집안일

V 외출1

VI 외출2

VII 개인시간

0770
buổi hoà nhạc 부오이 호아 낙 음악회

⋯▸ Vào ngày sinh nhật của bố mẹ, cả gia đình tôi đã đi nghe hoà nhạc.

부모님 생신에 나의 온 가족은 음악회를 들으러 갔다.

0771
nhạc kịch 낙 끽 뮤지컬

⋯▸ Vở nhạc kịch <Cats-Những chú mèo> đã làm nên tiếng tăm cho đạo diễn.

뮤지컬 〈캣츠〉는 감독에게 명성을 주었습니다.

0772
kịch 끽 연극

⋯▸ Anh ấy vốn là diễn viên kịch nên diễn giỏi lắm.

그는 원래 연극배우여서 연기를 매우 잘합니다.

0773
concert 꼰써뜨 콘서트

⋯▸ Ước muốn của tôi là đi nghe concert BTS.

내 소원은 BTS콘서트에 가는 것이에요.

0774
diễn viên 지엔(이엔) 비엔 배우

⋯▸ Diễn viên Trần Nghĩa sở hữu vẻ ngoài điển trai cùng nụ cười rạng rỡ.

배우 쩐응이어는 잘생긴 외모와 빛나는 미소를 가졌다.

0775

diễn viên chính 지엔(이엔) 비엔 찡 주연배우

⋯ Diễn viên chính Bình An đóng vai "Nam Phong".

주연배우 빙 안은 "남풍"역을 맡았습니다.

0776

diễn viên phụ 지엔(이엔) 비엔 푸 조연배우

⋯ Trong bộ phim đó, nam diễn viên phụ gây ấn tượng mạnh hơn.

그 드라마에서 남자 조연배우가 더 강한 인상을 남겼다.

0777

ngôi sao 응오이 싸오 스타

⋯ Các ngôi sao đẹp trai Hàn Quốc gây sốt fan nữ vì quá dễ thương.

한국 미남 스타들이 너무 귀여워서 여성팬들을 후끈 달아오르게 했다.

0778

phim tài liệu 핌 따이 리에우 다큐멘터리

⋯ Khi còn nhỏ, tôi thích xem phim tài liệu về động vật.

어릴 때 나는 동물에 관한 다큐멘터리를 보는 걸 좋아했었다.

0779

phim võ hiệp 핌 보 히엡 무협영화

⋯ Bố tôi và chồng tôi cùng sở thích: xem phim võ hiệp.

우리 아버지와 남편은 무협영화를 보는 같은 취미가 있다.

0780

phim tình cảm 핌 띵 깜 멜로영화

⋯▶ Các nữ sinh rất thích xem phim tình cảm.

여학생들은 멜로영화를 보는 것을 좋아한다.

0781

phim hài 핌 하이 코미디영화

⋯▶ Tôi thường xem phim hài ở nhà để giải trí nhẹ nhàng.

나는 가벼운 기분전환을 위해 보통 집에서 코미디영화를 봅니다.

0782

phim khoa học viễn tưởng 핌 코아 혹 비엔 뜨엉 SF영화

⋯▶ Khi xem phim khoa học viễn tưởng, trí tưởng tượng của tôi được phát triển.

SF영화를 볼 때 내 상상력이 더 발전합니다.

0783

nhạc phim 냑 핌 OST

⋯▶ Nhạc phim của bộ phim này nhận được giải thưởng Oscar.

이 영화의 OST는 오스카 상을 받았습니다.

0784

quay phim 꾸아이 핌 촬영하다

⋯▶ Đoàn phim đang quay phim ở trường quay.

영화 촬영 팀이 촬영장에서 영화를 촬영하고 있다.

0785

thanh thiếu niên không được xem

타잉(탄) 티에우 니엔 콩 드억 쌤 청소년 관람불가

···▸ Bộ phim này thanh thiếu niên không được xem.

이 영화는 청소년 관람불가입니다.

0786

phụ đề 푸 데 자막

···▸ Dạo này tôi học tiếng Việt qua phim có phụ đề
tiếng Việt.

요즘에 나는 베트남어 자막이 있는 영화로 베트남어 공부를 하고 있습니다.

0787

lồng tiếng 롱 띠엥 더빙하다

···▸ Tôi không thích xem phim lồng tiếng.

나는 더빙영화 보는 것을 좋아하지 않는다.

I 준비

II 출근·등교

III 사회생활

IV 집안일

V 외출 1

VI 외출 2

VII 개인시간

❶ ảnh / hình
사진

❷ chơi
놀다

⓫ công viên
공원

❿ tàu lượn
롤러코스터

❾ đu quay ngựa
회전목마

❸ đài phun
nước
분수

❹ diễu hành
퍼레이드

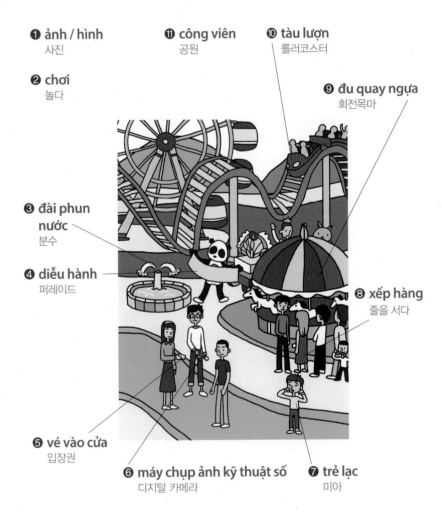

❽ xếp hàng
줄을 서다

❺ vé vào cửa
입장권

❻ máy chụp ảnh kỹ thuật số
디지털 카메라

❼ trẻ lạc
미아

❷ **bập bênh** 시소

❸ **xích đu** 그네

❹ **cầu trượt** 미끄럼틀

❺ **giải toả căng thẳng**
스트레스 해소

❻ **pháo hoa** 불꽃놀이

❼ **bãi cát** 모래밭

❽ **ao hồ** 연못

❾ **ghế băng** 벤치

❷ **xuồng / ghe** 보트

❷ **sợ** 무서워하다

0788
khu vui chơi 쿠 부이 쪄이 놀이공원

··· Ở khu vui chơi này ngày nào cũng đông người quá.
이 놀이공원은 매일 사람이 너무 붐비네요.

0789
công viên 꽁 비엔 공원

··· Tôi thường đi xe đạp ở công viên gần nhà.
나는 집 근처 공원에서 주로 자전거를 탑니다.

0790
vé vào cửa 배 바오 끄어 입장권

··· Vé vào cửa công viên nước hồ Tây giá bao nhiêu?
서호 워터파크 입장권은 얼마입니까?

0791
ảnh / hình 아잉(안) / 힝 사진

··· Tôi thích chụp ảnh phong cảnh.
나는 풍경사진 찍는 것을 좋아합니다.

0792
máy chụp ảnh kỹ thuật số 마이 쭙 아잉(안) 끼 투엇 쏘
디지털 카메라

··· Máy chụp ảnh kỹ thuật số này nhỏ gọn và tiện dụng.
이 디지털 카메라는 작고 사용하기 편합니다.

0793

diễu hành 지에우(이에우) 하잉(한) 퍼레이드

⋯⋙ Ba giờ và năm giờ chiều có diễu hành công chúa Disney.

오후 3시와 5시에 디즈니 공주 퍼레이드가 있습니다.

0794

đu quay ngựa 두 꾸아이 응으어 회전목마

⋯⋙ Trẻ em dưới sáu tuổi chỉ được chơi đu quay ngựa.

6세 이하 어린이는 회전목마만 이용 가능합니다.

0795

tàu lượn 따우 르언 롤러코스터

⋯⋙ Tôi không dám đi tàu lượn siêu tốc.

나는 감히 롤러코스터를 타지 못합니다.

0796

tàu hải tặc 따우 하이 딱 바이킹

⋯⋙ Các em học sinh chạy thật nhanh để đi tàu hải tặc.

학생들은 바이킹을 타기 위해 정말 빨리 뛰었다.

0797

xe điện đụng 쌔 디엔 둥 범퍼카

⋯⋙ Tớ không đi xe điện đụng, người ta xếp hàng dài lắm.

나는 범퍼카 안 타려고, 사람들이 줄을 너무 길게 섰어.

I 준비

II 출근·등교

III 사회생활

IV 집안일

V 외출 1

VI 외출 2

VII 개인 시간

0798

xếp hàng 쎕항 줄을 서다

··· Nếu có magic pass thì khách hàng được miễn xếp hàng khi tham gia trò chơi.

매직패스가 있으면 놀이기구를 탈 때 줄을 서지 않아도 됩니다.

0799

chơi 쩌이 놀다

··· Bé nào cũng thích được vui chơi ở công viên nước.

모든 어린이들이 다 워터파크에서 즐겁게 노는 것을 좋아합니다.

0800

trẻ lạc 째 락 미아

··· Mọi người cố gắng để giúp bà mẹ tìm đứa trẻ bị lạc.

모든 사람이 엄마가 미아를 찾을 수 있게 열심히 돕습니다.

0801

đài phun nước 다이 푼 느억 분수대

··· Các em tập hợp lại trước đài phun nước này lúc ba giờ nhé.

학생들은 3시에 이 분수대 앞으로 다시 모여라.

0802

giải toả căng thẳng 쟈이(야이) 또아 깡 탕 스트레스를 해소하다

··· Giới trẻ đi chơi ở khu vui chơi để giải toả căng thẳng.

젊은이들은 스트레스를 해소하기 위해 놀이공원에 놀러 갑니다.

0803

xích đu 씩 두 그네

⋯▸ Cháu tôi nài tôi đưa đi chơi trò xích đu.

내 조카는 그네 타러 데려가 달라고 나에게 조릅니다.

0804

cầu trượt 꺼우 쯔엇 미끄럼틀

⋯▸ Cậu bé đi cầu trượt lần đầu nên tỏ ra rất phấn khích.

꼬마친구는 처음으로 미끄럼틀을 타서 신났습니다.

0805

bập bênh 법 벵 시소

⋯▸ Ở sân chơi có xích đu, bập bênh, cầu trượt.

놀이터에는 그네, 시소, 미끄럼틀이 있습니다.

0806

mê cung 메 꿍 미로

⋯▸ Tôi thích chơi game thoát khỏi mê cung.

나는 미로탈출 게임을 하는 것을 좋아합니다.

0807

pháo hoa 파오 호아 불꽃놀이

⋯▸ Khi đi cắm trại, tôi nhớ nhất là chơi pháo hoa với các bạn vào buổi tối.

캠핑을 갔을 때 나는 저녁에 친구들과 불꽃놀이를 한 것이 제일 기억에 남습니다.

I 준비

II 출근·등교

III 사회생활

IV 집안일

V 외출1

VI 외출2

VII 개인시간

0808

bãi cát 바이 깟 모래밭

···▶ Chị gái tôi và tôi làm lâu đài cát trên bãi cát.

우리 언니와 나는 모래밭에서 모래성을 만들어요.

0809

ao hồ 아오 호 연못

···▶ Trong ao hồ có nhiều cá chép.

연못 안에 잉어가 많이 있습니다.

0810

ghế băng 게 방 벤치

···▶ Một cặp đôi đẹp đang ngồi trên ghế băng bên bờ hồ.

아름다운 한 쌍의 연인이 호숫가 벤치에 앉아 있습니다.

0811

xuồng / ghe 쑤옹 / 개 보트

···▶ Chị đang chèo xuồng kia hát hay lắm.

저 보트의 노를 젓고 있는 언니는 노래를 매우 잘한다.

0812

sợ 써 무서워하다

···▶ Tớ không dám vào ngôi nhà ma vì sợ quá.

나 너무 무서워서 귀신의 집에 감히 못 들어가겠다.

0813 áo phao bơi 아오 파오 버이 구명조끼

Khi bơi ở hồ bơi, trẻ em phải mặc áo phao bơi.
수영장에서 수영할 때 어린이는 반드시 구명조끼를 입어야 합니다.

0814 nhảy bungee 냐이 번지 번지점프

Những người yếu tim không được nhảy bungee.
심장이 약한 사람들은 번지점프를 할 수 없습니다.

0815 nhảy dù 냐이 주(유) 스카이다이빙

Sở thích của tôi là chơi các trò chơi mạo hiểm như:
nhảy dù, lướt sóng v.v…
나의 취미는 스카이다이빙, 서핑 등 익스트림 스포츠를 즐기는 것입니다.

0816 bị cháy nắng 비 짜이 낭 햇볕에 타다

Vào ngày nắng nóng, tôi đi suốt ngày nên da tôi bị
cháy nắng.
해가 쨍쨍하고 더운 날에 하루 종일 나가 있었더니 내 피부가 햇볕에 탔습니다.

0817 kem chống nắng 깸 쫑 낭 자외선 차단제, 선크림

Hàng ngày, trước khi đi ra ngoài tôi bôi kem chống
nắng.
매일 외출하기 전에 나는 선크림을 바릅니다.

I 준비

II 출근·등교

III 사회생활

IV 집안일

V 외출1

VI 외출2

VII 개인시간

Thể thao 운동

❶ **huấn luyện viên**
코치, 감독

❽ **vụng về** 서툴다

❷ **chạy bộ**
달리기, 조깅

❸ **thành thạo**
능숙한

❹ **đánh**
(손으로) 치다, 때리다

❺ **vận động viên**
선수

❻ **giãn cơ** 스트레칭

❼ **rèn luyện** 단련하다

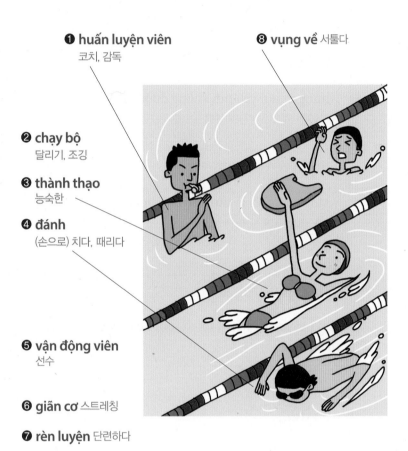

❾ **sân vận động** 운동장
❿ **đá** 발로 차다
⓫ **bóng đá** 축구
⓬ **quần áo thể thao** 운동복
⓭ **cầu thủ** (축구, 야구, 농구) 선수

⓮ **trận đấu** 경기
⓯ **thắng** 이기다
⓰ **thua** 지다
⓱ **hoà** 비기다, 무승부
⓲ **người hâm mộ** 팬

⓳ **bóng rổ** 농구
⓴ **Cố lên** 파이팅, 힘내
㉑ **cổ vũ** 응원하다
㉒ **đoàn cổ vũ** 응원단

Ⅰ 준비

Ⅱ 출근 · 등교

Ⅲ 사회생활

Ⅳ 집안일

Ⅴ 외출 1

Ⅵ 외출 2

Ⅶ 개인시간

0818

☐ **tập thể dục** 떱 테 죽(육) 운동하다

⋯ Mỗi ngày tôi cố gắng tập thể dục ít nhất 30 phút.
매일 나는 최소 30분은 운동하려고 노력합니다.

0819

☐ **sân vận động** 썬 번 동 운동장

⋯ Trận đấu bóng đá diễn ra ở sân vận động trường.
축구 경기는 학교 운동장에서 열립니다.

0820

☐ **quần áo thể thao** 꾸언 아오 테 타오 운동복

⋯ Họ đã tặng quần áo thể thao hiệu Nike cho các cầu thủ trẻ.
그들은 어린 선수들에게 나이키 운동복을 선물했습니다.

0821

☐ **huấn luyện viên** 후언 루이엔 비엔 코치, 감독

⋯ Nhờ huấn luyện viên xuất sắc mà đội chúng tôi giành được chiến thắng.
훌륭한 코치 덕분에 우리 팀은 승리를 쟁취할 수 있었다.

⋯ Tôi rất tự hào về huấn luyện viên Park Hang Seo.
나는 박항서 감독이 매우 자랑스럽습니다.

I 준비

II 출근 · 등교

III 사회생활

IV 집안일

V 외출 1

VI 외출 2

VII 개인 시간

0822 **cầu thủ** 꺼우 투 (축구, 야구, 농구) 선수

⋯ Cầu thủ Bùi Tiến Dũng là thần tượng của tôi.

부이 띠엔 중 선수는 나의 우상입니다.

0823 **vận động viên** 번 동 비엔 선수

⋯ Vận động viên Kim Yuna là quốc bảo của Hàn Quốc.

김연아 선수는 한국의 국보입니다.

0824 **vụng về** 붕 베 서툴다

⋯ Động tác bơi của tôi còn vụng về lắm.

내 수영 동작은 아직 매우 서툽니다.

0825 **thành thạo** 타잉(탄) 타오 능숙하다

⋯ Anh ấy đã từng là cầu thủ bóng đá nên thực hiện các động tác rất thành thạo.

그는 축구선수였어서 매우 능숙하게 동작을 구현합니다.

0826 **đá** 다 발로 차다

⋯ Ngày nào bọn mình cũng đi đá bóng.

어느 날이든 우리 패거리는 공을 차러(축구하러) 갑니다.

0827

bóng đá 봉 다 축구

···▸ Hôm nay có trận bóng đá Hàn Quốc –Việt Nam, bạn có cá cược với mình không?

오늘 한국–베트남 축구 경기가 있는데 나랑 내기할래?

0828

chạy bộ 짜이 보 달리기, 조깅

···▸ Để giữ gìn sức khoẻ, cô ấy luôn chạy bộ vào buổi sáng.

건강을 지키기 위해서 그녀는 항상 아침에 달리기를 합니다.

0829

đánh 다잉(단) (손으로) 치다

···▸ Dạo này, tôi thường đánh cầu lông với chồng tôi.

요즘에 나는 남편과 자주 배드민턴을 칩니다.

0830

bóng chày 봉 짜이 야구

···▸ Tôi thích xem các trận bóng chày trên tivi.

나는 티비로 야구 경기를 보는 것을 좋아합니다.

0831

giãn cơ 쟌(얀) 꺼 스트레칭

···▸ Trước khi chơi thể thao, các bạn cần phải tập một chút cho giãn cơ đã.

스포츠를 하기 전에 여러분은 잠시 스트레칭을 해야 합니다.

0832 □ **rèn luyện** 잰(랜) 루이엔 단련하다

⋯→ Để rèn luyện cơ thể, chúng ta nên làm gì?
신체를 단련하기 위해서 우리는 무엇을 하는 게 좋은가요?

0833 □ **bóng rổ** 봉 조(로) 농구

⋯→ Môn thể thao tôi thích nhất là bóng rổ.
내가 제일 좋아하는 스포츠 종목은 농구입니다.

0834 □ **gôn** 곤 골프

⋯→ Bố tôi đã đi chơi gôn ở Đà Nẵng.
우리 아버지는 다낭에 골프를 치러 가셨습니다.

0835 □ **bóng bàn** 봉 반 탁구

⋯→ Chung cư tôi có bàn bóng bàn nên các cư dân thường chơi bóng bàn ở đó.
우리 아파트에는 탁구대가 있어서 주민들이 그곳에서 자주 탁구를 합니다.

0836 □ **trận đấu** 쩐 더우 경기

⋯→ Trận đấu hôm qua thật là căng thẳng.
어제 경기는 정말 긴장되었다. (경기 진행 상황)

I 준비

II 출근·등교

III 사회생활

IV 집안일

V 외출 1

VI 외출 2

VII 개인시간

0837

thắng 탕 이기다

··→ Thắng thua không quan trọng lắm.

이기고 지는 것은 그다지 중요하지 않다.

0838

thua 투어 지다

··→ Trận bóng đá hôm qua, đội Hàn Quốc thua khiến tôi khóc.

어제 축구 경기에서 한국팀이 져서 나는 울었다.

0839

hoà 호아 비기다

··→ Kết quả trận đấu là hai đội hoà.

경기 결과는 양 팀이 비겼습니다.

0840

người hâm mộ 응으어이 험 모 팬

··→ Tôi là một người hâm mộ của nhóm nhạc thần tượng Hàn Quốc.

나는 한국 아이돌 그룹의 팬이다.

0841

Cố lên 꼬 렌 파이팅

··→ Cố lên, cố lên! Việt Nam chiến thắng!

파이팅 파이팅! 베트남 이겨라!

cổ vũ ꞏ꞉ꞏ ꞉ꞏꞏ 응원하다

⋯▸ Nhiều người Việt Nam cổ vũ cuồng nhiệt cho đội tuyển Hàn Quốc.

많은 베트남 사람이 한국 대표팀을 위해 열정적으로 응원했다.

đoàn cổ vũ 도안 꼬 부 응원단

⋯▸ Đoàn cổ vũ Hàn Quốc mặc đồng phục màu đỏ.

한국 응원단은 빨간색 유니폼을 입었습니다.

Nhà của bạn 친구 집

❶ **tiệc sinh nhật**
생일파티

❿ **thăm** 방문하다

❾ **bong bóng**
풍선

❷ **thiệp sinh nhật**
생일카드

❽ **nến** 초

❸ **bạn bè**
친구

❼ **ruy băng**
리본

❻ **sô-cô-la**
초콜릿

❹ **nệm ngồi bệt**
방석

❺ **bánh gato**
케이크

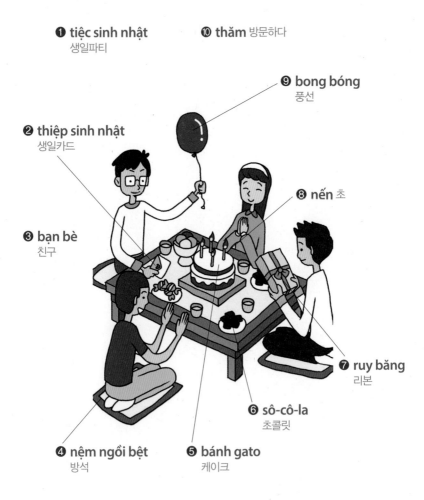

⑪ **tiệc** 파티

⑫ **sinh nhật** 생일

⑬ **ngày tháng năm sinh**
생년월일

⑭ **mời** 초대하다

⑮ **khách** 손님

⑯ **đón** 마중하다

⑰ **tiễn** 배웅하다

⑱ **quà tặng** 선물

⑲ **tiền bối** 선배

⑳ **hậu bối** 후배

I
준비

II
출근·등교

III
사회생활

IV
집안일

V
외출
1

VI
외출
2

VII
개인시간

0844
nhà bạn 냐 반 친구 집

··· Hôm qua tôi đã đến nhà bạn chơi.

어제 나는 친구 집에 놀러갔습니다.

0845
tiệc sinh nhật 띠엑 씽 녓 생일파티

··· Mời các bạn đến dự tiệc sinh nhật của mình.

너희들을 내 생일파티에 초대해.

0846
thăm 탐 방문하다

··· Anh có thường về thăm bố mẹ không?

오빠(형)는 자주 부모님을 찾아뵙나요?

0847
bạn bè 반 배 친구

··· Khi rảnh, tôi thường đi thăm bạn bè hoặc đọc sách.

한가할 때 나는 자주 친구를 방문하거나 책을 읽습니다.

0848
nệm ngồi bệt 넴 응오이 벳 방석

··· Chị đưa cho em cái nệm ngồi bệt kia nhé.

언니 저 방석 좀 건네 주세요.

0849

bánh gato 바잉(반) 가또 케이크

···⟩ Tôi đã mua bánh gato sinh nhật để tặng cho bạn ấy.

나는 그 친구에게 선물하기 위해 생일 케이크를 샀습니다.

0850

sô-cô-la 쏘 꼴 라 초콜릿

···⟩ Tôi thấy là các sô-cô-la Bỉ ngon nhất.

내가 보기엔 벨기에 초콜릿이 제일 맛있습니다.

0851

bánh pie 바잉(반) 파이 파이

···⟩ Chị gái tôi làm bánh pie táo rất ngon.

우리 언니는 애플파이를 매우 맛있게 만듭니다.

0852

nhận 년 받다

···⟩ Tôi mới được nhận lương tháng.

나는 막 월급을 받았다.

0853

thiệp 티엡 카드

···⟩ Tôi đã gửi thiệp Giáng sinh cho các bạn.

나는 친구들에게 크리스마스 카드를 보냈다.

I 준비

II 출근·등교

III 사회생활

IV 집안일

V 외출 1

VI 외출 2

VII 개인시간

0854
☐ **thiệp cưới** 앱 꾸어이 청첩장

⋯→ Bạn tôi phát thiệp cưới hai tuần trước đám cưới.
내 친구는 결혼식 2주 전에 청첩장을 돌립니다.

0855
☐ **dây ruy băng** 저이(여이) 주이(루이) 방 리본끈

⋯→ Tôi gói quà bằng dây ruy băng màu đỏ.
나는 빨간색 리본끈으로 선물을 포장합니다.

0856
☐ **thổi** 토이 불다

⋯→ Chúng tôi cố gắng thổi bong bóng để trang trí
phòng tiệc.
우리는 파티장을 꾸미기 위해 열심히 풍선을 불었습니다.

0857
☐ **bong bóng** 봉봉 풍선

⋯→ Thả bong bóng lên bầu trời.
풍선을 하늘에 날려보냅니다.

0858
☐ **nến** 넨 초

⋯→ Tôi đã chuẩn bị 8 cây nến sinh nhật.
생일 초 8개를 준비했습니다.

0859

tiệc 띠엑 파티, 연회

⋯→ Đàn ông phải mặc áo com lê khi đến dự tiệc tối nay.
오늘 저녁 파티에 참석하기 위해 남성들은 정장을 입어야 합니다.

0860

sinh nhật 씽녓 생일

⋯→ Hôm nay là sinh nhật lần thứ hai mươi của tôi.
오늘은 나의 20번째 생일입니다.

0861

ngày tháng năm sinh 응아이 탕 남 씽 생년월일

⋯→ Hãy ghi ngày tháng năm sinh của bạn vào đây.
여기에 당신의 생년월일을 적으세요.

0862

ngày kỷ niệm 응아이 끼 니엠 기념일

⋯→ Ngày mai là ngày kỷ niệm ngày cưới của bố mẹ tôi.
내일은 우리 부모님의 결혼 기념일입니다.

0863

buổi đón tiếp 부오이 돈 띠엡 환영회

⋯→ Chúng tôi sẽ tổ chức buổi đón tiếp các sinh viên mới.
우리는 신입생 환영회를 열 것입니다.

I 준비

II 출근·등교

III 사회생활

IV 집안일

V 외출 1

VI 외출 2

VII 개인 시간

0864
tiệc chia tay 띠엑 찌어 따이　송별회

···› Trong tiệc chia tay đồng nghiệp, ai cũng tỏ ra buồn và tiếc.

동료 송별회에서 누구나 다 슬프고 아쉬운 기색입니다.

0865
mời 머이　초대하다

···› Anh ấy đã mời chúng tôi đi xem bóng đá.

그는 우리에게 축구보러 가자고 초대했습니다.

0866
khách 카익(칵)　손님

···› Khách sắp đến rồi, mọi thứ đã chuẩn bị sẵn sàng chưa?

손님이 곧 도착합니다, 모든 것이 다 준비됐나요?

0867
quý vị 꾸이 비　귀빈

···› Xin chào mừng quý vị và các bạn đến với chương trình <Việt Nam hôm nay>.

〈오늘의 베트남〉프로그램에 오신 귀빈과 여러분 환영합니다.

0868
đón 돈　맞이하다, 마중하다

···› 12 giờ trưa, tôi phải ra ga để đón khách hàng.

점심 12시에 바이어를 마중하러 기차역에 나가야 합니다.

0869

tiễn 띠엔 배웅하다

⋯▸ Ở sân bay có đông đảo người dân đến tiễn đội tuyển Việt Nam.

공항에 베트남 대표팀을 배웅하러 온 수많은 국민들이 있습니다.

0870

tiễn bối 띠엔 보이 선배

⋯▸ Tôi hơi ngạc nhiên về mối quan hệ tiền bối-hậu bối ở Hàn Quốc.

나는 한국의 선배−후배관계에 대해 약간 놀랐어요.

0871

quà 꾸아 선물

⋯▸ Anh gói quà cho tôi được không?

선물 포장해 주실 수 있나요?

0872

đặc sản 닥 싼 특산품

⋯▸ Đặc sản quê của anh có những gì?

당신의 고향 특산품은 어떤 것들이 있나요?

I 준비

II 출근·등교

III 사회생활

IV 집안일

V 외출 1

VI 외출 2

VII 개인시간

scene

06 Lái xe 드라이브

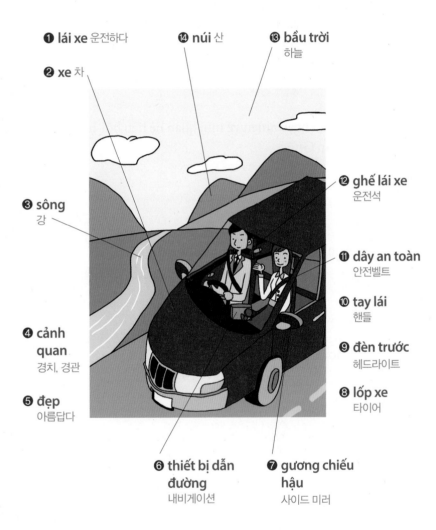

❶ lái xe 운전하다
❷ xe 차
❸ sông 강
❹ cảnh quan 경치, 경관
❺ đẹp 아름답다
❻ thiết bị dẫn đường 내비게이션
❼ gương chiếu hậu 사이드 미러
❽ lốp xe 타이어
❾ đèn trước 헤드라이트
❿ tay lái 핸들
⓫ dây an toàn 안전벨트
⓬ ghế lái xe 운전석
⓭ bầu trời 하늘
⓮ núi 산

⑮ **chân ga** 액셀러레이터
⑯ **chân phanh** 브레이크
⑰ **còi xe** 클랙슨, 자동차의 경적

⑱ **bãi biển** 해변
⑲ **cánh đồng** 들판
⑳ **hồ** 호수
㉑ **biển** 바다

㉒ **thời tiết, trời** 날씨
㉓ **lạnh** 춥다
㉔ **nóng** 덥다
㉕ **mát mẻ** 시원하다

I 준비

II 출근 · 등교

III 사회생활

IV 집안일

V 외출1

VI 외출2

VII 개인시간

0873
☐ **lái xe** 라이 쌔 드라이브(하다), 운전하다

··· Khi lái xe, các bạn phải cẩn thận.
운전할 때 여러분은 반드시 조심해야 합니다.

0874
☐ **xe** 쌔 차

··· Ở Hàn Quốc xe hãng Hyundai được người ta ưa chuộng nhất.
한국에서는 현대차가 사람들에게 가장 선호됩니다.

0875
☐ **ghế lái xe** 게 라이 쌔 운전석

··· Sau khi ngồi vào ghế lái xe, cần điều chỉnh vị trí ghế cho hợp với mình.
운전석에 앉은 다음, 자신에게 맞게 의자의 위치를 조절해야 합니다.

0876
☐ **tay lái** 따이 라이 핸들

··· Thao tác tay lái của tôi còn vụng về.
나는 아직 핸들 조작이 서툽니다.

0877
☐ **dây an toàn** 저이(여이) 안 또안 안전벨트

··· Trước khi lái xe, em phải thắt dây an toàn.
운전하기 전에 너는 반드시 먼저 안전벨트를 매야 한다.

0878

thiết bị dẫn đường 티엣 비 전(연) 드엉 내비게이션

····→ Đây là thiết bị dẫn đường mới tung ra thị trường.
이것은 새로 출시된 내비게이션입니다.

0879

lốp xe 롭 쌔 타이어

····→ Lốp xe bị thủng nên tôi không chạy xe được.
타이어가 펑크나서 차를 몰 수 없습니다.

0880

đèn pha 댄 파 헤드라이트

····→ Xe tôi bị tai nạn nên đèn pha bị vỡ.
내 차는 사고가 나서 헤드라이트가 깨졌습니다.

0881

gương chiếu hậu 끄엉 찌에우 허우 사이드 미러

····→ Bạn phải nhìn qua gương chiếu hậu trước, nếu
phía sau không có xe thì có thể đổi làn xe.
먼저 사이드 미러로 보고 만약 뒤쪽에 차가 없으면 차선 변경을 할 수 있습니다.

0882

du lịch 주(유) 릭 여행

····→ Tôi thích du lịch ba lô hơn du lịch trọn gói.
나는 패키지여행보다 배낭여행을 더 좋아합니다.

I 준비

II 출근·등교

III 사회생활

IV 집안일

V 외출 1

VI 외출 2

VII 개인 시간

0883
☐ **mùa cao điểm** 무어 까오 디엠 성수기

⋯→ Cuối tháng 7 và đầu tháng 8 là mùa cao điểm du lịch.
7월 말과 8월 초는 여행 성수기입니다.

0884
☐ **mùa thấp điểm** 무어 텁 디엠 비수기

⋯→ Tôi không thích nơi đông người nên thường đi du lịch vào mùa thấp điểm.
나는 사람 많은 곳을 좋아하지 않아서 주로 비수기에 여행을 갑니다.

0885
☐ **hướng dẫn viên du lịch** 흐엉 전(연) 비엔 주(유) 릭
여행 가이드

⋯→ Hướng dẫn viên du lịch đó vừa thân thiện vừa hài hước.
그 여행 가이드는 친절하고 유머러스합니다.

0886
☐ **núi** 누이 산

⋯→ Chủ nhật nào bố tôi cũng leo núi.
일요일마다 우리 아버지는 등산하십니다.

0887
☐ **sông** 쏭 강

⋯→ Cảnh về đêm trên sông Hàn đẹp tuyệt.
한강의 야경은 환상적으로 아름답습니다.

I 준비

II 출근·등교

III 사회생활

IV 집안일

V 외출 1

VI 외출 2

VII 개인시간

0888

sông ngòi 쏭 응오이 · 하천

⋯⟩ Việt Nam có hệ thống sông ngòi chằng chịt.
베트남은 빽빽한 하천체계를 가지고 있습니다.

0889

bầu trời 버우 쩌이 · 하늘

⋯⟩ Hôm nay, bầu trời trong xanh, không khí trong lành, tôi thấy dễ chịu lắm.
오늘 하늘은 맑고 푸르고 공기가 깨끗해서 매우 상쾌하다.

0890

cảnh quan 까잉(깐) 꾸안 · 경치, 경관

⋯⟩ Nha Trang được thiên nhiên ưu đãi nên có cảnh quan thiên nhiên đẹp.
냐짱은 자연의 특혜를 받아 아름다운 자연경관을 가지고 있다.

0891

đẹp 뎁 · 아름답다

⋯⟩ Trên bầu trời phía tây có cầu vồng rất đẹp.
서쪽 하늘에 매우 아름다운 무지개가 있습니다.

0892

chân ga 쩐 가 · 액셀러레이터

⋯⟩ Anh ấy đạp nhầm chân ga thành chân phanh.
그는 액셀러레이터를 브레이크로 잘못 알고 밟았습니다.

chân phanh 쩐 파잉(판) 브레이크

⋯→ Khi có gờ giảm tốc thì cần phải đạp nhẹ chân phanh.

과속 방지 턱이 있을 때는 브레이크를 가볍게 밟아야 합니다.

còi xe 꼬이 쌔 클랙슨

⋯→ Ở Việt Nam, người đi ô tô hoặc xe máy bấm còi xe sai cách thì bị phạt tiền.

베트남에서는 차량이나 오토바이를 운전하는 사람이 틀린 방법으로 클랙슨을 누르면 벌금이 부과됩니다.

đồi 도이 언덕

⋯→ Tôi và chồng tôi thường ngắm cảnh hoàng hôn trên đồi gần nhà.

나와 남편은 자주 집 근처 언덕 위에서 노을지는 풍경을 감상한다.

cánh đồng 까잉(깐) 동 들판

⋯→ Vào mùa thu, tôi luôn nhớ cảnh cánh đồng lúa vàng ở quê tôi.

가을에 나는 항상 고향의 황금들판 풍경을 그리워한다.

hồ 호 호수

⋯→ Ở Hà Nội có nhiều hồ đẹp như hồ Gươm, hồ Tây v.v…

하노이에는 검 호수, 서호와 같은 많은 아름다운 호수들이 있다.

0898 biển 비엔 바다

⋯ Kỳ nghỉ hè này, tôi định đi tắm biển ở Sầm Sơn.
이번 여름휴가 기간에 나는 썸 선에 해수욕하러 갈 예정입니다.

0899 bãi biển 바이 비엔 해변

⋯ Bãi biển Mỹ Khê được bình chọn là một trong sáu bãi biển đẹp nhất.
미케 해변은 가장 아름다운 6개의 해변 중 하나로 선정되었습니다.

0900 bờ biển 버 비엔 해안

⋯ Việt Nam có bờ biển dài 3.260km.
베트남은 3,260km길이의 해안(선)을 가지고 있습니다.

0901 đảo 다오 섬

⋯ Giữa hồ có đảo nhỏ, trên đảo đó có tháp Rùa.
호수 가운데 작은 섬이 있고, 그 섬 위에 거북이 탑이 있습니다. (하노이 호안끼 엠호수)

0902 thời tiết, trời 터이 띠엣, 쩌이 날씨

⋯ Thời tiết hôm nay thế nào?
오늘 날씨는 어때요?

⋯ Ngày mai trời có mưa không?
내일은 날씨가 비가 오나요?

I 준비

II 출근·등교

III 사회생활

IV 집안일

V 외출 1

VI 외출 2

VII 개인시간

0903
lạnh 라잉(란) 춥다

→ Thời tiết mùa xuân Hàn Quốc không lạnh lắm.
한국의 봄 날씨는 그다지 춥지 않습니다.

0904
nóng 농 덥다

→ Tôi chưa quen với cái nóng ở thành phố Hồ Chí Minh.
나는 호치민시의 더위에 아직 익숙하지 않습니다.

0905
mát mẻ 맛 매 시원하다

→ Thời tiết mùa thu mát mẻ và dễ chịu.
가을 날씨는 시원하고 상쾌합니다.

0906
ấm áp 엄 압 따뜻하다

→ Theo dự báo thời tiết, hôm nay thời tiết miền Bắc ấm áp.
일기예보에 따르면 오늘 북부의 날씨는 따뜻합니다.

0907
vui vẻ 부이 배 즐겁다

→ Chuyến du lịch này thật là vui vẻ.
이번 여행은 정말이지 즐겁습니다.

0908
có gió 꼬 죠(요) 바람이 불다

⋯▸ Do chịu ảnh hưởng của bão, từ sáng nay có gió mạnh.
태풍의 영향으로 오늘 아침부터 바람이 강하게 불겠습니다.

0909
có mưa 꼬 므어 비가 오다

⋯▸ Vào mùa mưa, trời thường có mưa mỗi ngày.
우기에는 날씨가 보통 매일 비가 옵니다.

0910
có tuyết 꼬 뚜이엣 눈이 오다

⋯▸ Khi có tuyết đầu mùa, tôi muốn được nắm tay bạn trai đi dạo.
첫눈이 올 때 나는 남자친구의 손을 잡고 산책하고 싶습니다.

I 준비

II 출근·등교

III 사회생활

IV 집안일

V 외출 1

VI 외출 2

VII 개인 시간

1 단어에 해당하는 뜻을 오른쪽 보기에서 찾아 연결해 보세요.

❶ chia tay   ⓐ 슬프다

❷ lái xe   ⓑ 입장권

❸ vé vào cổng   ⓒ 결혼하다

                              ⓓ 드라이브

❹ buồn   ⓔ 헤어지다

❺ kết hôn   ⓕ 안전벨트

2 문맥상 빈칸에 들어갈 가장 알맞은 단어를 고르세요.

> **보기**
>
> chơi   ôm   pháo hoa   mời

❶ Các trẻ em đều chạy (   ) rất vui.
어린 아이들은 모두 즐겁게 뛰어놉니다.

❷ Tôi đã (   ) bạn tôi đến dự tiệc liên hoan vào tối nay.
나는 친구를 오늘 저녁 회식에 참석하라고 초대했습니다.

❸ Tôi đã (   ) chặt anh ấy.
나는 그를 꽉 안았습니다.

3 단어에 해당하는 뜻을 써 보세요.

❶ 첫눈에 반한 사랑 _____

❷ 손님 _____

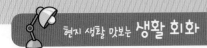

생활 속 회화

Toàn	Hôm nay chúng ta đi xem phim lúc mấy giờ, hả anh?
Hoàng	Lúc 7 giờ rưỡi em ạ. Anh đói bụng quá, chúng ta đi ăn cơm trước nhé.
Toàn	Chúng ta còn đủ thời gian không, anh?
Hoàng	Em đừng lo, kịp mà.

해석

또안 오늘 우리 몇 시에 영화 보러 가나요, 오빠?

호앙 7시 반에요. 배가 고픈데 우리 밥 먼저 먹으러 가요.

또안 우리 시간 충분한가요?

호앙 걱정 마요, 가능해요.

단어 **giờ** 시 **đói bụng** 배고프다 **còn** 남다 **thời gian** 시간
đừng~ ~하지 마 **kịp** 시간에 맞추다

(1) 시간

① 시

- [ ] **một giờ**
  1시
- [ ] **hai giờ**
  2시
- [ ] **ba giờ**
  3시
- [ ] **bốn giờ**
  4시
- [ ] **năm giờ**
  5시
- [ ] **sáu giờ**
  6시
- [ ] **bảy giờ**
  7시
- [ ] **tám giờ**
  8시
- [ ] **chín giờ**
  9시
- [ ] **mười giờ**
  10시
- [ ] **mười một giờ**
  11시
- [ ] **mười hai giờ**
  12시

- [ ] **đúng giờ**
  정각

② 분

- [ ] **một phút**
  1분
- [ ] **hai phút**
  2분
- [ ] **ba phút**
  3분
- [ ] **bốn phút**
  4분
- [ ] **năm phút**
  5분
- [ ] **mười phút**
  10분
- [ ] **mười lăm phút**
  15분
- [ ] **ba mươi phút, rưỡi**
  30분
- [ ] **bốn mươi lăm phút**
  45분
- [ ] **năm mươi phút**
  50분

③ 때

- [ ] **sáng sớm**
  새벽
- [ ] **buổi sáng**
  아침, 오전
- [ ] **buổi trưa**
  점심
- [ ] **buổi chiều**
  오후
- [ ] **buổi tối**
  저녁
- [ ] **ban đêm**
  밤
- [ ] **ban ngày**
  낮
- [ ] **đêm khuya**
  심야
- [ ] **đêm qua**
  어젯밤
- [ ] **sáng nay**
  오늘 아침
- [ ] **tối nay**
  오늘 저녁
- [ ] **chiều mai**
  내일 오후

- [ ] **hôm kia**
  그제
- [ ] **hôm qua**
  어제
- [ ] **hôm nay**
  오늘
- [ ] **ngày mai**
  내일
- [ ] **ngày kia**
  내일모레
- [ ] **tuần trước**
  지난주
- [ ] **tuần này**
  이번 주
- [ ] **tuần sau**
  다음 주
- [ ] **tháng trước**
  지난 달
- [ ] **tháng này**
  이번 달
- [ ] **tháng sau**
  다음 달
- [ ] **Năm kia**
  재작년

(2) 날짜

☐ **năm trước,**
năm ngoái
작년

☐ **năm nay**
올해

☐ **năm sau, sang năm**
내년

☐ **năm sau nữa**
내후년

① 월

☐ **tháng một**
1월

☐ **tháng hai**
2월

☐ **tháng ba**
3월

☐ **tháng tư**
4월

☐ **tháng năm**
5월

☐ **tháng sáu**
6월

☐ **tháng bảy**
7월

☐ **tháng tám**
8월

☐ **tháng chín**
9월

☐ **tháng mười**
10월

☐ **tháng mười một**
11월

☐ **tháng mười hai**
12월

② 일

- [ ] **ngày mùng / mồng một**
  1일

- [ ] **ngày mùng / mồng hai**
  2일

- [ ] **ngày mùng / mồng ba**
  3일

- [ ] **ngày mùng / mồng bốn**
  4일

- [ ] **ngày mùng / mồng năm**
  5일

- [ ] **ngày mùng / mồng sáu**
  6일

- [ ] **ngày mùng / mồng bảy**
  7일

- [ ] **ngày mùng / mồng tám**
  8일

- [ ] **ngày mùng / mồng chín**
  9일

- [ ] **ngày mùng / mồng mười**
  10일

- [ ] **ngày mười một**
  11일

- [ ] **ngày mười hai**
  12일

- [ ] **ngày mười ba**
  13일

- [ ] **ngày mười bốn**
  14일

- [ ] **ngày mười lăm**
  15일

- [ ] **ngày mười sáu**
  16일

- [ ] **ngày mười bảy**
  17일

- [ ] **ngày mười tám**
  18일

- [ ] **ngày mười chín**
  19일

- [ ] **ngày hai mươi**
  20일

ngày hai mươi mốt
21일

ngày hai mươi hai
22일

ngày hai mươi ba
23일

ngày hai mươi bốn
24일

ngày hai mươi lăm
25일

ngày hai mươi sáu
26일

ngày hai mươi bảy
27일

ngày hai mươi tám
28일

ngày hai mươi chín
29일

ngày ba mươi
30일

ngày ba mươi mốt
31일

đầu tháng
월초

giữa tháng
중순

cuối tháng
월말

PART VI

외출 2

Trung tâm thương mại 백화점

❶ **giá cả** 가격

❷ **gian hàng thực phẩm**
식료품 코너

❸ **gian hàng đồ điện gia dụng**
가전제품 코너

❹ **gian hàng quần áo đàn ông**
신사복 코너

❺ **thang cuốn**
에스컬레이터

❻ **thang máy**
엘리베이터

❼ **gian hàng đồ trang sức**
액세서리 코너

❽ **bãi đỗ xe / bãi đậu xe** 주차장

⓭ **gian hàng đồ dùng sinh hoạt**
생활용품 코너

⓬ **gian hàng đồ nội thất**
가구 코너

⓫ **gian hàng đồ thể thao**
스포츠용품 코너

⓾ **giảm giá**
세일

❾ **gian hàng quần áo phụ nữ**
여성복 코너

Big Sale!

⓮ **nhân viên bán hàng** 점원
⓯ **ngày nghỉ** 휴일

⓰ **lớn** 크다
⓱ **nhỏ** 작다
⓲ **đắt** 비싸다
⓳ **rẻ** 싸다

⓴ **siêu thị** (대형)마트
㉑ **tiệm tạp hoá**
(동네)슈퍼, 잡화점
㉒ **cửa hàng** 가게

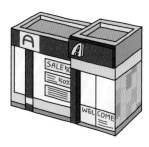

I 준비

II 출근·등교

III 사회생활

IV 집안일

V 외출 1

VI 외출 2

VII 개인시간

0911

trung tâm thương mại 쭝 떰 트엉 마이 백화점

···▶ Phía trước là trung tâm thương mại, còn phía sau là quảng trường.

앞쪽은 백화점이고, 뒤쪽은 광장입니다.

0912

giá cả 쟈(야) 까 가격

···▶ Khi mua đồ điện tử, tôi không quan tâm đến giá cả.

전자제품을 살 때 나는 가격에는 관심이 없습니다.

0913

giảm giá 쟘(얌) 쟈(야) 세일(하다)

···▶ Bây giờ trung tâm thương mại Vincome đang giảm giá.

지금 빈컴 백화점은 세일하고 있습니다.

0914

bãi đỗ xe / bãi đậu xe 바이 도 쌔 / 바이 더우 쌔 주차장

···▶ Bãi đỗ xe ở tầng hầm 2, 3 và 4.

주차장은 지하 2, 3, 4층에 있습니다.

0915

gian hàng đồ trang sức 쟌(얀) 항 도 짱 쓱 액세서리 코너

···▶ Gian hàng đồ trang sức ở tầng 2 bên cạnh gian hàng mỹ phẩm.

액세서리 코너는 2층 화장품 코너 옆에 있습니다.

0916 gian hàng thực phẩm 쟌(얀) 항 특 펌 식료품 코너

⋯➔ Gian hàng thực phẩm luôn đông khách.

식료품 코너는 항상 손님이 붐빕니다.

0917 gian hàng quần áo phụ nữ 쟌(얀) 항 꾸언 아오 푸 느
여성복 코너

⋯➔ Đi thẳng một chút nữa thì bà có thể thấy gian hàng
quần áo phụ nữ ở bên phải.

조금 더 직진하시면 오른쪽에 여성복 코너가 보일 겁니다.

0918 gian hàng quần áo đàn ông 쟌(얀) 항 꾸언 아오 단 옹
신사복 코너

⋯➔ Xin chị cho biết gian hàng quần áo đàn ông ở đâu.

신사복 코너가 어디 있는지 저에게 알려 주세요.

0919 gian hàng đồ dùng sinh hoạt 쟌(얀) 항 도 중(융) 씽 호앗
생활용품 코너

⋯➔ Ở gian hàng đồ dùng sinh hoạt, không thiếu thứ gì.

생활용품 코너에는 부족한 것이 없습니다.

I 준비

II 출근·등교

III 사회생활

IV 집안일

V 외출1

VI 외출2

VII 개인시간

0920 gian hàng đồ điện gia dụng 쟨(얀) 항 도 디엔 쟈(야) 중(융)

가전제품 코너

···▸ Tôi đã từng mua tủ lạnh ở gian hàng đồ điện gia dụng kia.

나는 저 가전제품 코너에서 냉장고를 산 적이 있습니다.

0921 gian hàng đồ nội thất 쟨(얀) 항 도 노이 텃 가구 코너

···▸ Ở gian hàng đồ nội thất kia, có nhiều hàng ngoại nhập.

저 가구 코너에는 많은 수입품이 있습니다.

0922 gian hàng đồ thể thao 쟨(얀) 항 도 테 타오

스포츠용품 코너

···▸ Gian hàng đồ thể thao ở trên tầng 6.

스포츠용품 코너는 6층에 있습니다.

0923 cửa hàng vàng bạc đá quý 끄어 항 방 박 다 꾸이

보석 가게

···▸ Cửa hàng vàng bạc đá quý này có uy tín, chất lượng hàng hóa tốt.

이 보석 가게는 위신 있고 상품 품질이 좋습니다.

0924
thang máy _{탕 마이} 엘리베이터

···› Tôi đi thang máy lên tầng 8.

나는 엘리베이터를 타고 8층으로 올라갑니다.

0925
thang cuốn _{탕 꾸온} 에스컬레이터

···› Đi thang máy thì phải đợi lâu nên tôi thường đi thang cuốn.

엘리베이터를 타면 오래 기다려야 해서 나는 주로 에스컬레이터를 탑니다.

0926
ngày nghỉ _{응아이 응이} 휴일

···› Hôm nay là ngày nghỉ định kỳ của trung tâm thương mại này.

오늘은 백화점의 정기 휴일입니다.

0927
nhân viên bán hàng _{년 비엔 반 항} (판매)점원

···› Nhân viên bán hàng ở trung tâm thương mại đó không thân thiện lắm.

그 백화점의 점원은 그다지 친절하지 않습니다.

0928
đắt _닷 비싸다

···› Hàng hiệu giá đắt lắm, tôi không mua được.

명품의 가격은 매우 비싸서 나는 살 수가 없습니다.

0929

rẻ 재(래) 싸다

⋯▸ Hàng hóa ở cửa hàng này đã tốt lại rẻ.
이 가게의 상품은 좋고 또 싸기도 합니다.

0930

lớn 런 크다

⋯▸ Có loại nào lớn hơn không, chị?
더 큰 종류가 있나요?

0931

nhỏ 뇨 작다

⋯▸ Cho em xem cái áo sơ mi màu xanh kia, cỡ nhỏ chị nhé.
저 파란색 셔츠를 보여 주세요, 작은 사이즈로요.

0932

siêu thị 씨에우 티 (대형)마트

⋯▸ Ở tầng hầm 1 toà nhà này có siêu thị Vin mart nên rất tiện lợi.
이 건물의 지하1층에 빈마트가 있어 매우 편리합니다.

0933

trung tâm mua sắm 쭝 떰 무어 쌈 쇼핑센터

⋯▸ Trung tâm mua sắm cách nhà tôi chỉ 50m thôi.
쇼핑센터는 우리 집에서 겨우 50m만 떨어져 있습니다.

0934 cửa hàng 꾸어 항 가게, 상점

⋯▸ Tôi đã mua một đôi giày cao gót ở một cửa hàng thời trang.

나는 패션 상점에서 하이힐 한 켤레를 샀습니다.

0935 mặc thử 막트 (옷을) 입어 보다

⋯▸ Tôi mặc thử cái áo kiểu này được không?

이 블라우스를 입어 봐도 될까요?

0936 quê mùa 꾸에 무어 촌스러운

⋯▸ Anh ấy tuy đẹp trai nhưng ăn mặc quê mùa quá!

그는 비록 잘생겼지만 옷을 너무 촌스럽게 입네요!

0937 bị hớ 비 허 속다, 바가지 쓰다

⋯▸ Khách hàng đôi khi bị hớ khi mua hàng trực tuyến.

온라인 쇼핑할 때 고객은 종종 속을 때가 있습니다.

0938 trả giá / mặc cả 짜 쟈(야) / 막 까 흥정하다

⋯▸ Ở chợ truyền thống, bạn có thể trả giá.

전통 시장에서는 흥정할 수 있습니다.

I 준비

II 출근 · 등교

III 사회생활

IV 집안일

V 외출 1

VI 외출 2

VII 개인 시간

lãng phí 랑 피 낭비하다

⋯ Anh ta lãng phí tiền quá, tiêu tiền như nước.

그는 돈을 너무 낭비한다, 물처럼 돈을 쓴다.

tiết kiệm 띠엣 끼엠 절약하다

⋯ Từ nhỏ, bố mẹ nên dạy con thói quen tiết kiệm.

어릴 때부터 부모는 절약하는 습관을 아이에게 가르쳐야 한다.

hàng giả 항 쟈(야) 모조품, 짝퉁

⋯ Ở Sài Gòn Square có nhiều hàng giả.

사이공 스퀘어에는 모조품이 많이 있다.

hàng thật 항 텃 진품

⋯ Chúng ta có thể dễ dàng phân biệt hàng thật và hàng giả qua mã vạch.

바코드로 진품과 가품을 쉽게 구별할 수 있습니다.

đồ cũ 도 꾸 중고품

⋯ Tôi thường mua bán đồ cũ trên trang web "Rao vặt"

나는 "벼룩시장" 웹사이트에서 주로 중고품을 사고 팝니다.

0944

hàng chính hãng 항찡항 정품

···▶ Cửa hàng chúng tôi chỉ bán hàng chính hãng thôi.

우리 가게는 정품만 취급합니다.

I 준비

II 출근 · 등교

III 사회생활

IV 집안일

V 외출 1

VI 외출 2

VII 개인 시간

❶ **tư vấn** 상담하다

❷ **số tài khoản**
계좌 번호

❸ **mật mã**
비밀번호

❹ **số dư tài khoản**
잔고

❺ **con dấu**
도장

❻ **khay mực dấu**
인주

❼ **máy ATM**
현금 인출기

❽ **lượt** 순서, 차례

❾ **rút tiền** 인출하다

❿ **chuyển khoản**
송금하다,
계좌이체하다

⓫ **nhân viên ngân hàng**
은행원

⓬ **gửi tiết kiệm**
예금하다

⓭ **sổ tài khoản**
통장

⑭ mượn tiền
돈을 빌리다 (이자없음)

⑮ vay tiền 대출하다

⑯ hoàn trả 상환하다, 돌려주다

⑰ đô la mỹ 미국 달러

⑱ đồng việt nam 베트남 동

⑲ đổi tiền 환전하다

⑳ tỷ giá (hối đoái) 환율

㉑ lãi suất 이자

㉒ cổ phần 주식

㉓ tiết kiệm 저축하다

㉔ ngân phiếu 수표

I 준비

II 출근·등교

III 사회생활

IV 집안일

V 외출1

Ⓥ
외출2

VII 개인시간

0945

ngân hàng 응언 항 은행

⋯▸ Ngân hàng mở cửa từ 9 giờ sáng và đóng cửa lúc 4 giờ chiều.

은행은 아침 9시부터 문을 열고 오후 4시에 문을 닫습니다.

0946

nhân viên ngân hàng 년 비엔 응언 항 은행원

⋯▸ Chị gái cả tôi là nhân viên ngân hàng.

우리 큰언니는 은행원입니다.

0947

sổ tài khoản 쏘 따이 코안 통장

⋯▸ Hãy cấp sổ tài khoản cho tôi.

통장을 발급해 주세요.

0948

lượt 르엇 순서, 차례

⋯▸ Xin anh vui lòng lấy phiếu đợi và ngồi chờ đến lượt của anh.

번호표를 뽑고 차례가 오길 앉아서 기다려 주세요.

0949

thẻ ATM 태 아떼엠 현금 인출 카드

⋯▸ Tôi bị mất thẻ ATM nên không rút tiền được.

현금 인출 카드를 잃어버려서 출금할 수가 없습니다.

0950 □ **số tài khoản** 쏘 따이 코안 계좌 번호

⋯ Cho em xin số tài khoản của chị ạ.
저에게 언니(누나)의 계좌 번호를 주세요.

0951 □ **mật mã** 멋 마 비밀번호

⋯ Để bảo mật thông tin, chúng ta cần phải đổi mật mã thường xuyên.
정보보호를 위해서 우리는 자주 비밀번호를 변경해야 합니다.

0952 □ **đóng dấu** 동 저우(여우) 도장찍다, 날인하다

⋯ Xin chị vui lòng đóng dấu vào đây ạ.
여기에 도장을 찍어 주세요.

0953 □ **khắc** 칵 새기다, 파다

⋯ Tôi đã đến tiệm làm con dấu để khắc dấu.
나는 도장을 파러 도장집에 갔습니다.

0954 □ **mực dấu** 믁 저우(여우) 인주

⋯ Em lấy khăn ướt này mà lau mực dấu dính trên tay.
이 물티슈로 손에 묻은 인주를 닦으세요.

I 준비

II 출근·등교

III 사회생활

IV 집안일

V 외출 1

VI 외출 2

VII 개인시간

0955 | **tư vấn** 뜨 번 상담하다

··· Tôi muốn được tư vấn vay tiền từ ngân hàng.
은행 대출 상담을 받고 싶습니다.

0956 | **gửi tiết kiệm** 그이 띠엣 끼엠 예금하다

··· Em nên gửi tiết kiệm vào ngân hàng nào thì tốt nhất nhỉ?
저는 어느 은행에 예금하는 것이 제일 좋을까요?

0957 | **rút tiền** 줏(룻) 띠엔 인출하다

··· Tôi cần rút tiền để đóng học phí.
학비를 납부하기 위해서 돈을 인출해야 합니다.

0958 | **chuyển khoản** 쭈이엔 코안 송금하다, 계좌이체하다

··· Chị đã chuyển khoản rồi, em kiểm tra xem nhé.
언니가 돈 보냈으니 체크해 봐.

0959 | **số dư tài khoản** 쏘 즈(이으) 따이 코안 (통장) 잔고

··· Bạn có thể kiểm tra số dư tài khoản qua ứng dụng trên điện thoại.
핸드폰 앱으로 통장잔고를 확인할 수 있습니다.

0960
máy ATM 마이 아떼엠 현금 인출기

⋯⟩ Máy ATM này có thể sử dụng 24/24 giờ.
이 현금 인출기는 24시간 사용할 수 있습니다.

0961
mượn tiền 므언 띠엔 돈을 빌리다

⋯⟩ Bạn cho mình mượn tiền được không?
친구야 돈 좀 빌려줄 수 있니?

0962
vay tiền 바이 띠엔 대출하다

⋯⟩ Hiện nay giá nhà cao quá nên ai cũng phải vay tiền
từ ngân hàng khi mua nhà.
요즘에 집값이 너무 비싸서 집을 살 때 누구나 다 은행에서 대출받아야만 합니다.

0963
hoàn trả 호안 짜 상환하다, 돌려주다

⋯⟩ Tôi muốn xin gia hạn hoàn trả nợ.
대출 상환 기한 연장을 신청하고 싶습니다.

0964
đô la Mỹ 돌 라 미 미국 달러

⋯⟩ Hôm nay một đô la Mỹ ăn 23.230 đồng Việt Nam.
오늘 1달러에 23,230동입니다.

I 준비

II 출근·등교

III 사회생활

IV 집안일

V 외출 1

VI 외출 2

VII 개인시간

0965

đồng việt Nam 통 비엣 남 베트남 동

··· Đồng Việt Nam được đánh giá là đồng tiền có tính ổn định nhất.

베트남 동은 가장 안정성을 가진 화폐로 평가받았습니다.

0966

đổi tiền 도이 띠엔 환전하다

··· Tôi muốn đổi tiền đô la Mỹ sang đồng Việt Nam.

미국 달러를 베트남 동으로 환전하고 싶어요.

0967

tỷ giá (hối đoái) 띠 쟈(야) 환율

··· Hôm nay tỷ giá là bao nhiêu?

오늘 환율은 얼마인가요?

0968

lãi suất 라이 쑤엇 이자, 금리

··· Ngân hàng nào cho vay tiền nhanh và lãi suất thấp?

어떤 은행이 빠르고 낮은 이자로 대출해 주나요?

0969

chứng khoán 쯩 코안 증권

··· Bạn nên tìm hiểu thị trường chứng khoán Việt Nam.

당신은 베트남 증권 시장을 알아 보세요.

0970
cổ phiếu 꼬 피에우 주식

···▸ Theo lời khuyên của bạn tôi, tôi đã mua cổ phiếu của tập đoàn Vin group.

내 친구의 조언에 따라 나는 빈(Vin)그룹의 주식을 샀다.

0971
giá cổ phần 쟈(야) 꼬 펀 주가

···▸ Giá cổ phần ngày càng tăng lên.

주가가 나날이 오른다.

0972
cổ đông 꼬 동 주주

···▸ Đại hội đồng cổ đông là cuộc họp của các cổ đông trong công ty cổ phần.

주주총회는 주식회사의 각 주주들의 회의입니다.

0973
tiết kiệm 띠엣 끼엠 저축하다

···▸ Ngân hàng chúng tôi có nhiều loại sản phẩm gửi tiết kiệm.

우리 은행은 많은 저축 예금상품이 있습니다.

0974
chủ tài khoản 쭈 따이 코안 예금주

···▸ Chị là chủ tài khoản phải không?

예금주 맞으시죠?

I 준비

II 출근·등교

III 사회생활

IV 집안일

V 외출 1

VI 외출 2

VII 개인시간

0975
ngân phiếu 응언 피에우 수표

⋯ Trong ví của anh ấy toàn là ngân phiếu.
그의 지갑은 온통 수표로 가득 차 있다.

0976
tiền giấy giả 띠엔 져이(여이) 쟈(야) 위조지폐

⋯ Vì tiền giấy Việt Nam khó làm giả nên ở Việt Nam ít tiền giấy giả.
베트남 지폐는 위조하기 어렵기 때문에 베트남에는 위조지폐가 적다.

0977
bảo hiểm 바오 히엠 보험

⋯ Hiện nay các bạn trẻ thường mua bảo hiểm du lịch khi đi du lịch.
요즘에 젊은 친구들은 여행갈 때 여행자 보험을 든다.

0978
lương hưu 르엉 흐우 연금

⋯ Khi nghỉ hưu, người lao động được hưởng lương hưu.
은퇴할 때 근로자는 연금을 받는다.

0979
kiếm tiền 끼엠 띠엔 돈을 벌다

⋯ Từ khi còn nhỏ, tôi đã muốn kiếm được nhiền tiền.
어렸을 때부터 나는 돈을 많이 벌고 싶었다.

0980

khủng hoảng tài chính 쿵 호앙 따이 찡 금융위기

···▶ Từ năm ngoái, các nước trên thế giới bị khủng hoảng tài chính.

작년부터 세계 각국은 금융위기를 겪고 있습니다.

0981

kinh doanh phát đạt 낑 조아잉(요안) 팟 닷 사업이 번창하다

···▶ Công ty ngày càng kinh doanh phát đạt.

회사는 나날이 사업이 번창합니다.

0982

suy thoái kinh tế 쑤이 토아이 낑 떼
경제가 쇠퇴하다, 불경기다

···▶ Suy thoái kinh tế ảnh hưởng mạnh đến đời sống người dân thường.

불경기가 일반 국민들의 삶에 큰 영향을 끼친다.

I 준비

II 출근·등교

III 사회생활

IV 집안일

V 외출 1

VI 외출 2

VII 개인시간

scene
03 Bệnh viện 병원

❶ phòng khám 진찰실

⓬ huyết áp
혈압

⓮ tiêm
주사(하다, 놓다)

⓫ y tá
간호사

⓭ bệnh nhân
환자

❷ sổ mũi 콧물(이 나다)

❸ đau 아프다 (통증)

❹ triệu chứng 증상

❺ ớn lạnh 오한이 나다

❻ sốt 열이 나다

❼ nhiệt kế 체온계

❽ hắt hơi 재채기(하다)

❾ ho 기침(하다)

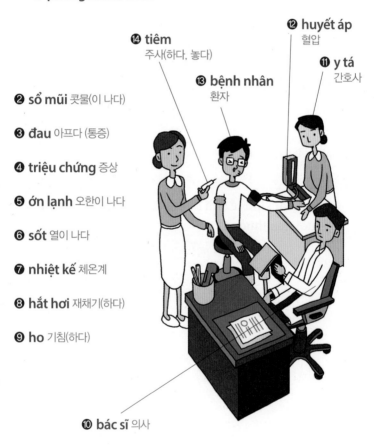

❿ bác sĩ 의사

❶⑤ **thuốc** 약

❶⑥ **hiệu thuốc / nhà thuốc** 약국

❶⑦ **bị cảm** 감기에 걸리다

❶⑧ **khám bệnh** 진찰받다/하다

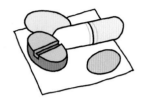

❶⑨ **X-quang** 엑스레이

❷⓪ **kê đơn** 처방하다

❷① **trước bữa ăn** 식사 전

❷② **sau bữa ăn** 식사 후

❷③ **bó bột** 깁스

❷④ **mổ** 수술

❷⑤ **nhập viện** 입원하다

❷⑥ **xuất viện** 퇴원하다

I 준비

II 출근 · 등교

III 사회생활

IV 집안일

V 외출 1

VI 외출 2

VII 개인시간

0983
bệnh viện 벵 비엔 병원

⋯ Ở gần nhà tôi có một bệnh viện đa khoa.

우리 집 근처에 종합병원이 하나 있습니다.

0984
phòng khám 퐁 캄 진찰실

⋯ Bác sĩ Hà có phòng khám tư tại nhà mình.

하 의사는 자신의 집에 개인 진찰실이 있습니다.

0985
bác sĩ 박 씨 의사

⋯ Bác sĩ khuyên anh ấy nên bỏ thuốc lá.

의사는 그에게 담배를 끊어야 한다고 충고했다.

0986
y tá 이 따 간호사

⋯ Cô y tá đó đang chăm sóc bệnh nhân ở phòng
bệnh nặng.

그 간호사는 중환자실에서 환자를 돌보고 있습니다.

0987
bệnh nhân 벵 년 환자

⋯ Các bệnh nhân đang chờ đến lượt vào khám bệnh.

환자들이 진찰을 받을 순서가 오기를 기다리고 있습니다.

0988 tiêm 띠엠 주사(하다, 맞다)

⋯▶ Vì bị cảm nặng nên tôi đành phải tiêm.
감기가 심하게 걸려서 어쩔 수 없이 주사를 맞았습니다.

0989 huyết áp 후이엣 압 혈압

⋯▶ Tôi đã đo huyết áp tại nhà rồi, huyết áp hơi thấp.
나는 집에서 혈압을 쟀습니다. 혈압이 약간 낮아요.

0990 cao huyết áp 까오 후이엣 압 고혈압

⋯▶ Anh ấy bị cao huyết áp nên không được uống rượu, bia, cà phê.
그는 고혈압이 있어서 술, 맥주, 커피를 마시면 안 됩니다.

0991 sốt 솟 열이 나다

⋯▶ Tôi bị sốt cao nên được bạn tôi đưa đi bệnh viện.
나는 고열이 나서 친구가 병원에 데려다 주었다.

0992 bị cảm 비 깜 감기에 걸리다

⋯▶ Tôi bị cảm từ tối hôm qua, đau đầu, sốt cao.
나는 어제 저녁부터 감기에 걸렸습니다. 머리가 아프고 고열이 나요.

I 준비

II 출근 · 등교

III 사회생활

IV 집안일

V 외출 1

VI 외출 2

VII 개인 시간

0993

bệnh cúm 벵 꿈 독감

⋯▸ Bệnh cúm dễ lây lan nên mọi người phải cẩn thận.

독감은 전염되기 쉬우니 모두들 반드시 조심해야 합니다.

0994

triệu chứng 찌에우 쯩 증상

⋯▸ Nếu bị bệnh ngộ độc thực phẩm thì có triệu chứng thế nào?

식중독에 걸리면 어떤 증상이 있나요?

0995

ớn lạnh 언 라잉(란) 오한이 나다

⋯▸ Chẳng hiểu sao tôi hay bị ớn lạnh.

왜 그런지 모르겠는데 나는 자주 오한이 난다.

0996

ho 호 기침(하다)

⋯▸ Tôi bị ho nhiều, chị bán cho tôi thuốc ho nhé.

기침을 많이 합니다, 기침약 주세요.

0997

hắt hơi 핫 허이 재채기(하다)

⋯▸ Hắt hơi là một phản xạ tự nhiên, khó mà kiềm chế nổi.

재채기는 자연적인 반사 작용으로 참기 어렵다.

0998

sổ mũi 쏘 무이 콧물(이 나다)

⋯▸ Mũi tôi bị nghẹt cứng, sổ mũi nhiều thật là khó chịu.
코가 꽉 막히고 콧물이 많이 나서 정말이지 못 참겠다.

0999

đau 다우 아프다(통증)

⋯▸ Anh bị đau bụng nên đi vệ sinh nhiều lần.
그는 배가 아파서 화장실을 여러 번 간다.

1000

đau đầu 다우 더우 머리가 아프다

⋯▸ Đôi khi tôi đau đầu quá nên mất tập trung.
때때로 나는 두통이 너무 심해서 집중력을 잃어버린다.

1001

đau răng 다우 장(랑) 이가 아프다

⋯▸ Em Lan bị sâu răng nên đau răng lắm.
란은 충치가 있어서 이가 너무 아프다.

1002

khám bệnh 캄 벵 진찰받다(하다)

⋯▸ Chiều nay được nghỉ, tôi sẽ đi khám bệnh.
오늘 오후에 쉬게 되어 나는 진찰받으러 갈 겁니다.

⋯▸ Các bệnh nhân nghèo được bác sĩ Dũng khám
bệnh miễn phí.
가난한 환자들은 중 의사 선생님에게 무료로 진찰을 받습니다.

I 준비

II 출근·등교

III 사회생활

IV 집안일

V 외출1

VI 외출2

VII 개인시간

kiểm tra 끼엠 짜 검사하다, 검진하다

··· Tôi đi nha khoa để kiểm tra răng miệng định kỳ.

나는 치과에 정기 치아 검사를 받으러 가야 합니다.

1004

đăng ký 당 끼 접수하다

··· Em đã đăng ký khám chưa?

진료 접수했나요?

1005

thuốc 투옥 약

··· Sau khi uống thuốc, tôi đỡ hơn nhiều rồi.

약을 먹고 나서 많이 좋아졌습니다.

1006

uống thuốc 우옹 투옥 약을 먹다

··· Sau bữa ăn, anh nhớ uống thuốc cảm nhé.

식후에 감기약 먹는 거 잊지 마세요.

1007

hiệu thuốc / nhà thuốc 히에우 투옥 / 나 투옥 약국

··· Tôi đi hiệu thuốc để mua thuốc giảm đau.

나는 진통제를 사러 약국에 갑니다.

1008
kê đơn 께던 처방하다

⋯▸ Chúng ta chỉ sử dụng thuốc kháng sinh khi được bác sĩ kê đơn.
의사가 처방했을 때만 항생제를 복용해야 합니다.

1009
dược sĩ 즈억(이으억) 씨 약사

⋯▸ Tôi muốn trở thành dược sĩ nên đang học ở đại học Y dược.
나는 약사가 되고 싶어서 지금 의약학대학교에서 공부하고 있습니다.

1010
trước bữa ăn 쯔억 브어 안 식사 전

⋯▸ Các em không nên ăn bánh kẹo trước bữa ăn.
(학생들은) 식사 전에 과자를 먹지 않도록 합니다.

1011
sau bữa ăn 싸우 브어 안 식사 후

⋯▸ Nếu ăn quá nhiều hoa quả sau bữa ăn thì khó tiêu hoá.
만약 식후에 너무 많은 과일을 먹으면 소화하기 힘듭니다.

1012
X-quang 익쓰 꾸앙 엑스레이

⋯▸ Tôi đã chụp X-quang chân.
나는 다리 엑스레이를 찍었습니다.

I 준비
II 출근·등교
III 사회생활
IV 집안일
V 외출1
VI 외출2
VII 개인시간

1013

☐ **bó bột** 보 봇 깁스(하다)

⋯▸ Em ấy bó bột chân vì đã bị gãy chân.

그는 발이 부러져서 발 깁스를 했습니다.

1014

☐ **mổ** 모 수술(하다)

⋯▸ Mẹ sinh mổ không nên ăn gì trong tháng ở cữ?

수술한 산모는 산후조리달에 무엇을 먹지 않는 것이 좋나요?

1015

☐ **gây tê** 거이 떼 국소부위 마취

⋯▸ Khi nhổ răng cho con gái tôi, có nên gây tê không?

우리 딸 이 뽑을 때 (국소부위) 마취해야 할까요?

1016

☐ **gây mê** 거이 메 전신마취

⋯▸ Cơ thể bạn sẽ ra sao sau khi gây mê?

전신마취 후에 당신의 몸은 어떻게 되는가?

1017

☐ **nhập viện** 넙 비엔 입원하다

⋯▸ Anh ấy bị tai nạn giao thông nên phải nhập viện trong 2 tháng.

그는 교통사고가 나서 2달간 입원해야 합니다.

1018
xuất viện 쑤엇 비엔 퇴원하다

⋯ Cô ấy đã hồi phục nhanh, chắc mấy ngày sau có thể xuất viện.

그녀는 회복이 빨라서 아마 며칠 후에 퇴원할 수 있을 겁니다.

1019
đến thăm 덴 탐 병문안하다

⋯ Các bạn trong lớp đến thăm thầy giáo đang nằm viện sau khi mổ.

반 친구들은 수술 후 입원해 계신 선생님께 병문안을 왔다.

1020
ngất xỉu 응엇 씨우 기절하다

⋯ Nếu không may có người bị ngất xỉu đột ngột, các bạn phải gọi cấp cứu ngay.

만약 운이 나빠 갑자기 기절하는 사람이 있다면 여러분은 반드시 바로 구급차를 불러야 합니다.

1021
truyền dịch 쭈이엔 직(익) 링거를 맞다

⋯ Bệnh nhân đó đang được truyền dịch.

그 환자는 링거를 맞고 있습니다.

1022
bị dị ứng 비 디 웅 알레르기 반응을 보이다

⋯ Tôi bị dị ứng lông mèo và phấn hoa.

나는 고양이털과 꽃가루 알레르기가 있습니다.

Ⅰ 준비

Ⅱ 출근·등교

Ⅲ 사회생활

Ⅳ 집안일

Ⅴ 외출 1

Ⅵ 외출 2

Ⅶ 개인시간

1023

buồn nôn 부온 논 속이 메스껍다, 토할 것 같다

⋯▸ Tôi buồn nôn và chóng mặt quá.

나는 속이 메스껍고(토할 것 같고) 너무 어지러워요.

⋯▸ Khi bị nghén, tôi hay buồn nôn.

입덧할 때 나는 자주 속이 메스꺼웠습니다.

1024

bị thương 비 트엉 다치다

⋯▸ Hai anh em đánh nhau nên bị thương.

두 형제가 서로 치고받고 싸우다가 다쳤습니다.

1025

đau nhức 다우 니윽 쑤시고 아프다

⋯▸ Tôi sử dụng máy tính lâu nên cổ tay đau nhức quá.

컴퓨터를 오래 썼더니 손목이 쑤시고 아프네요.

1026

chóng mặt 쫑 맛 어지럽다, 현기증이 나다

⋯▸ Sau khi tập thể dục, tôi cảm thấy chóng mặt nên ngồi nghỉ một chút.

운동 후에 나는 현기증을 느껴서 앉아서 조금 쉬었다.

1027

tiêu chảy 띠에우 짜이 설사하다

···▸ Mỗi lúc tôi uống sữa khi bụng đói, tôi thường bị tiêu chảy.

공복에 우유를 마실 때마다 나는 종종 설사를 합니다.

1028

viêm mũi 비엠 무이 비염

···▸ Tôi bị viêm mũi dị ứng phấn hoa nên luôn đeo khẩu trang.

나는 꽃가루 알레르기 비염이어서 항상 마스크를 씁니다.

I 준비

II 출근 · 등교

III 사회생활

IV 집안일

V 외출 1

VI 외출 2

VII 개인시간

Bưu điện 우체국

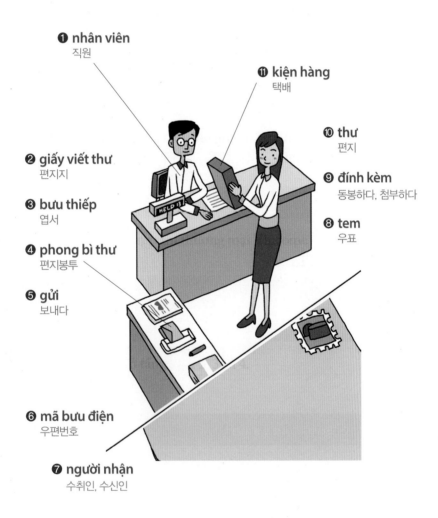

❶ nhân viên
직원

❷ giấy viết thư
편지지

❸ bưu thiếp
엽서

❹ phong bì thư
편지봉투

❺ gửi
보내다

❻ mã bưu điện
우편번호

❼ người nhận
수취인, 수신인

⓫ kiện hàng
택배

❿ thư
편지

❾ đính kèm
동봉하다, 첨부하다

❽ tem
우표

⑫ **bưu phẩm** 우편물

⑬ **người gửi** 발신인

⑭ **địa chỉ** 주소

⑮ **người đưa thư** 집배원, 우체부

⑯ **bưu kiện** 소포

⑰ **chuyển phát nhanh** 속달

⑱ **chuyển phát thường** 일반 우편

⑲ **điện báo** 전보

⑳ **gửi bằng đường biển**
배로 보내다

㉑ **thư máy bay** 항공 우편

I 준비

II 출근 · 등교

III 사회생활

IV 집안일

V 외출 1

VI 외출 2

VII 개인시간

1029
bưu điện 브우 디엔　우체국

···› Bưu điện Thành phố Hồ Chí Minh được xây dựng từ năm 1886.

호치민시 중앙우체국은 1886년부터 지어졌습니다.

1030
nhân viên 년 비엔　직원

···› Anh ấy là nhân viên của công ty này.

그는 이 회사의 직원입니다.

1031
bưu phẩm 브우 펌　우편물

···› Công ty DHL cung cấp các dịch vụ vận chuyển bưu phẩm và tài liệu.

DHL은 우편물과 서류 운송서비스를 제공합니다.

1032
kiện hàng 끼엔 항　택배

···› Khi nhận kiện hàng từ nước ngoài tới Việt Nam thì quí khách phải nộp khoản phí ạ.

해외에서 베트남으로 온 택배를 받을 때 고객님께서는 수수료를 내셔야 합니다.

1033 □ **gửi** 그이 보내다

→ Tôi đã gửi thư cho bạn trai đang đi nghĩa vụ nhiều lần, nhưng chưa thấy hồi âm.

나는 군대에 간 남자친구에게 여러 번 편지를 보냈지만 아직 답장을 받지 못했다.

1034 □ **thư** 트 편지

→ Anh ấy viết thư để tỏ tình với cô ấy.

그는 그녀에게 고백하기 위해 편지를 쓴다.

1035 □ **giấy viết thư** 져이(여이) 비엣 트 편지지

→ Sở thích của tôi là sưu tầm các loại giấy viết thư.

나의 취미는 편지지를 모으는 것입니다.

1036 □ **bưu thiếp** 브우 티엡 엽서

→ Mỗi lần đi du lịch, tôi gửi bưu thiếp về cho gia đình.

매번 여행을 갈 때마다 나는 가족들에게 엽서를 부칩니다.

1037 □ **đính kèm** 딩 깸 동봉하다, 첨부하다

→ Hãy kiểm tra các tài liệu đính kèm.

첨부 자료를 확인하세요.

I 준비
II 출근·등교
III 사회생활
IV 집안일
V 외출1
VI 외출2
VII 개인시간

1038
phong bì 퐁 비 편지봉투

···▸ Phong bì bán ở đằng kia, anh có thể chọn mua ạ.
편지봉투는 저기서 판매합니다, 골라서 구매하실 수 있어요.

1039
tem 땜 우표

···▸ Tôi đã mua một bộ tem Việt Nam để làm quà.
나는 선물하기 위해 베트남 우표 컬렉션 하나를 구매했습니다.

1040
mã bưu điện 마 브우 디엔 우편번호

···▸ Hãy ghi rõ mã bưu điện lên phong bì.
편지봉투에 우편번호를 명확히 기재하세요.

1041
người nhận 응으어이 년 수취인

···▸ Người đưa thư đã chuyển bưu kiện cho người nhận.
집배원이 소포를 수취인에게 전달했습니다.

1042
người gửi 응으어이 그이 발신인

···▸ Người gửi là ai đấy ạ?
발신인은 누구입니까?

1043

địa chỉ 디어 찌 주소

⋯▸ Địa chỉ nhà em là số 53, đường Lê Văn Sỹ, Q.3, TP.HCM.

저의 집 주소는 호치민시 3군, 레반시거리 53번지입니다.

1044

tên 뗀 이름

⋯▸ Tôi vừa không nhớ tên vừa không biết số điện thoại của cô ấy.

나는 그녀의 이름도 기억이 안 나고 전화번호도 모른다.

1045

người đưa thư 응으어이 드어 트 집배원

⋯▸ Suốt cả ngày cô ấy chỉ chờ đợi người đưa thư.

그녀는 하루 종일 집배원만 기다린다.

1046

hộp thư 홉 트 우편함

⋯▸ Anh ấy đã bỏ thư vào hộp thư.

그는 편지를 우편함에 넣었습니다.

1047

đóng gói 동 고이 포장하다

⋯▸ Quy cách đóng gói hàng hoá để vận chuyển như thế nào?

배달을 위한 상품 포장 규격은 어떠한가요?

I 준비

II 출근·등교

III 사회생활

IV 집안일

V 외출1

VI 외출2

VII 개인시간

1048

hộp 홉 상자

⋯▶ Để gửi bưu kiện, em phải đóng gói hộp trước.
소포를 보내려면 먼저 상자로 포장해야 한다.

1049

bưu kiện 브우 끼엔 소포

⋯▶ Giá cước vận chuyển bưu kiện trong nước như dưới đây.
국내소포 운송 가격은 아래와 같습니다.

1050

chuyển phát nhanh 쭈이엔 팟 냐잉(냔) 속달

⋯▶ Nếu chọn dịch vụ chuyển phát nhanh thì chỉ mất 1-2 ngày thôi.
만약 속달 서비스를 선택하시면 1-2일 밖에 안 걸립니다.

1051

chuyển phát thường 쭈이엔 팟 트엉 일반 우편

⋯▶ Chuyển phát thường Viettel mất bao lâu?
비에텔 일반 우편은 (시간이) 얼마나 걸리나요?

1052

điện báo 디엔 바오 전보

⋯▶ Ở bưu điện đó có dịch vụ điện báo.
그 우체국에는 전보 서비스가 있습니다.

1053 **thư máy bay** 트 마이 바이 　항공 우편

⋯▸ Nếu gửi thư máy bay hàng không thì đắt hơn nhiều.

만약 항공 우편으로 보내시면 훨씬 더 비쌉니다.

1054 **gửi bằng đường biển** 그이 방 드엉 비엔 　배로 보내다

⋯▸ Nếu gửi bằng đường biển thì hết bao nhiêu tiền?

만약 배로 보내면 얼마입니까?

1055 **dán** 잔(얀) 　붙이다

⋯▸ Tôi phải dán tem mệnh giá bao nhiêu?

나는 얼마짜리 우표를 붙여야 합니까?

I 준비

II 출근·등교

III 사회생활

IV 집안일

V 외출 1

VI 외출 2

VII 개인시간

❶ **người phụ vụ** 종업원, 웨이터

❷ **rót**
따르다

❸ **gọi món /
kêu món**
주문하다

❹ **dao** 나이프

❺ **nước** 물

❻ **thực đơn**
메뉴

❼ **khăn giấy**
냅킨

❽ **mấy người**
몇 명

❿ **giới thiệu**
추천하다

❾ **đặt bàn**
예약하다

⑪ món tráng miệng 디저트

⑫ chọn 고르다, 정하다

⑬ huỷ 취소하다

⑭ biên lai 계산서

⑮ mỗi người tự trả 각자내기

⑯ khao 한턱내다

⑰ chiêu đãi 대접하다

⑱ mang về 싸가다, 테이크아웃

⑲ món Tây 양식, 서양 음식

⑳ món Hàn Quốc 한국 음식

㉑ món Việt Nam 베트남 음식

I 준비

II 출근 · 등교

III 사회생활

IV 집안일

V 외출 1

VI 외출 2

VII 개인시간

1056
☐ **nhà hàng** 냐 항 레스토랑

⋯ Nhà hàng đó đã có nhiều món ngon lại sang trọng.

그 레스토랑은 맛있는 요리가 많은 데다가 고급스럽습니다.

1057
☐ **quán ăn** 꾸안 안 식당

⋯ Tôi thường ăn sáng ở một quán ăn gần nhà.

나는 주로 집에서 가까운 한 식당에서 아침을 먹습니다.

1058
☐ **quán cơm bụi** 꾸안 껌 부이 서민식당

⋯ Các món ăn ở quán cơm bụi thường mất vệ sinh.

서민식당의 음식은 위생이 좋지 않습니다.

1059
☐ **đặt bàn** 닷 반 예약하다

⋯ Tôi muốn đặt bàn cho bốn người vào tối nay.

나는 오늘 저녁 4명을 예약하고 싶습니다.

1060
☐ **mấy người** 머이 응으어이 몇 명

⋯ Hôm nay tôi đã mời mấy người bạn thân đến nhà tôi ăn tối.

오늘 나는 몇 명의 친한 친구를 저녁 먹으러 우리 집에 오도록 초대했다.

1061
nước ᄂᄋ윽 물

⋯▸ Để khoẻ mạnh, mỗi ngày chúng ta nên uống hai lít nước.

건강하기 위해서 우리는 하루 2리터의 물을 마셔야 합니다.

1062
nước sôi ᄂᄋ윽 쏘이 끓인 물

⋯▸ Vào mùa này, chúng ta phải uống nước sôi để phòng tránh ngộ độc thức ăn.

이 계절에는 우리는 식중독을 예방하기 위해 끓인 물을 마셔야 합니다.

1063
rót 좃(롯) 따르다

⋯▸ Ở Hàn Quốc người nhỏ tuổi hơn thường rót rượu trước cho người lớn tuổi.

한국에서는 나이가 어린 사람이 나이가 많은 사람에게 술을 먼저 따라 준다.

1064
thực đơn 특 던 메뉴

⋯▸ Cho tôi xem thực đơn.

메뉴를 보여 주세요.

1065
món đặc biệt ngày hôm nay 몬 닥 비엣 응아이 홈 나이
오늘의 특선메뉴

⋯▸ Món đặc biệt ngày hôm nay là gỏi cuốn tôm thịt.

오늘의 특선메뉴는 새우 고기 월남쌈입니다.

I 준비

II 출근·등교

III 사회생활

IV 집안일

V 외출1

VI 외출2

VII 개인시간

1066

☐ **người phục vụ** 응으어이 푹 부 종업원

···▶ Người phục vụ ở quán đó rất thân thiện.
그 식당의 종업원은 매우 친절하다.

1067

☐ **gọi món / kêu món** 고이 몬 / 께우 몬 주문하다

···▶ Anh đã gọi món chưa?
주문하셨나요?

1068

☐ **mang đồ ăn ra** 망 도 안 자(라) 요리를 내오다

···▶ Tôi đã gọi món hơn 15 phút rồi, nhưng vẫn chưa
thấy mang đồ ăn ra.
주문한 지 15분 이상 지났는데 아직 요리가 안 나왔어요.

1069

☐ **chọn** 쫀 고르다

···▶ Em đã chọn món gì? Em ăn món nào, anh ăn món
đấy.
무슨 음식 골랐어? 오빠는 네가 먹는 것 먹을게.

1070

☐ **khăn giấy** 칸 져이(여이) 냅킨

···▶ Cho tôi thêm đĩa và khăn giấy.
접시와 냅킨을 더 주세요.

1071
dao 자오(야오)　나이프

⋯▸ Khi ăn bò bít tết, tôi luôn dùng dao.
스테이크 먹을 때 나는 항상 나이프를 사용합니다.

1072
huỷ 후이　취소하다

⋯▸ Anh ấy đã huỷ món bún bò Huế rồi.
그는 분보후에를 취소했습니다.

1073
gọi / kêu 고이 / 께우　부르다

⋯▸ Tôi đã gọi nhiều lần nhưng anh ấy không nghe.
내가 여러 번 불렀는데 그는 듣지 않습니다.

1074
món tráng miệng 몬 짱 미엥　디저트

⋯▸ Ở đây có những món tráng miệng gì?
여기에 무슨 디저트들이 있습니까?

1075
biên lai 비엔 라이　계산서

⋯▸ Em ơi, cho anh biên lai nhé.
저기, 계산서 가져다 줘요.

I 준비

II 출근·등교

III 사회생활

IV 집안일

V 외출 1

VI 외출 2

VII 개인시간

1076 **tính tiền** 띵 띠엔 계산하다

··➤ Anh ơi, tính tiền cho em nhé.

저기요, 계산해 주세요.

1077 **khao** 카오 한턱내다

··➤ Chúc mừng anh được thăng chức, khao đi nhé!

승진을 축하합니다, 한턱내시죠.

1078 **chiêu đãi** 찌에우 다이 대접하다, 환대하다

··➤ Thủ tướng và phu nhân chủ trì tiệc chiêu đãi ngoại giao đoàn nhân dịp năm mới.

새해를 맞아 수상님 내외께서 외교단 환대 연회를 주최하셨습니다.

1079 **mang về** 망 베 포장해 가다

··➤ Tôi muốn mang đồ ăn thừa này về.

나는 이 남은 음식을 포장해 가고 싶어요.

1080 **hợp khẩu vị** 헙 커우 비 입맛에 맞다

··➤ Món Huế cay một chút nên hợp khẩu vị của người Hàn Quốc.

후에 음식은 약간 매워서 한국인들의 입맛에 맞습니다.

1081
san thức ăn 싼 특 안 음식을 덜다

⋯▸ Nếu nhiều quá, không thể ăn hết thì san thức ăn trước nhé.

만약 너무 많아서 다 먹을 수 없다면 먼저 음식을 덜어요.

1082
chán 짠 질리다

⋯▸ Tôi ăn toàn mì tôm nên chán rồi.

라면만 먹어서 질렸습니다.

1083
không thèm ăn 콩 탬 안 입맛이 없다, 식욕이 없다

⋯▸ Em hay mệt mỏi, không có cảm giác thèm ăn, ăn không ngon miệng.

저는 자주 피곤하고 입맛이 없고 먹어도 맛이 없어요.

1084
mỗi người tự trả 모이 응으어이 뜨 짜 각자가 내다

⋯▸ Hôm nay bọn mình mỗi người tự trả nhé.

오늘 우리 각자내자.

Ⅰ 준비

Ⅱ 출근 · 등교

Ⅲ 사회생활

Ⅳ 집안일

Ⅴ 외출 1

Ⅵ 외출 2

Ⅶ 개인 시간

1085

món ăn Tây 몬 안 떠이 서양 음식

⋯ Trong các món ăn Tây, tôi thích nhất là mì Ý.
서양 음식들 중에서 내가 제일 좋아하는 것은 스파게티이다.

1086

món ăn Hàn Quốc 몬 안 한 꾸옥 한국 음식

⋯ Các món ăn Hàn Quốc được người Việt Nam ưa
thích.
한국 음식들은 베트남 사람들에게 사랑받습니다.

1087

món ăn Việt Nam 몬 안 비엣 남 베트남 음식

⋯ Món ăn Việt Nam rất đa dạng và phong phú theo
từng vùng miền.
베트남 음식은 각 지역에 따라 다양하고 풍부합니다.

1088

món ăn Nhật Bản 몬 안 녓 반 일본 음식

⋯ Ở Việt Nam, nhà hàng món ăn Nhật Bản mọc lên
rất nhanh.
베트남에서 일본 음식 레스토랑이 매우 빠르게 생겨나고 있습니다.

I 준비

II 출근·등교

III 사회생활

IV 집안일

V 외출 1

VI 외출 2

VII 개인시간

1089

món ăn Miền Tây 몬 안 미엔 떠이 서부 음식

⋯▸ Tôi rất thích ăn món ăn miền Tây vì có đủ loại hải sản.

나는 서부 음식 먹는 것을 매우 좋아하는데 많은 종류의 해산물이 있기 때문입니다.

06 Tiệm cắt tóc 미용실

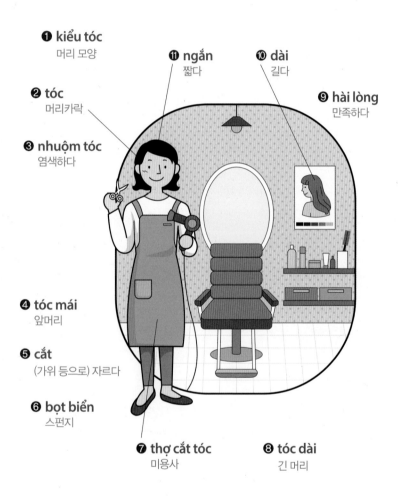

❶ kiểu tóc
머리 모양

❷ tóc
머리카락

❸ nhuộm tóc
염색하다

⓫ ngắn
짧다

❿ dài
길다

❾ hài lòng
만족하다

❹ tóc mái
앞머리

❺ cắt
(가위 등으로) 자르다

❻ bọt biển
스펀지

❼ thợ cắt tóc
미용사

❽ tóc dài
긴 머리

⓬ **uốn tóc** 파마하다

⓭ **tóc xoăn** 곱슬머리

⓮ **tóc ngang vai** 단발머리

⓯ **hói đầu** 대머리(가 되다)

⓰ **rụng tóc** 탈모, 머리가 빠지다

⓱ **râu** 콧수염

⓲ **cạo** (콧수염을) 깎다

⓳ **hớt tóc** 이발하다 (남성)

⓴ **gel vuốt tóc** 헤어젤

㉑ **sáp vuốt tóc** 헤어 왁스

I 준비

II 출근·등교

III 사회생활

IV 집안일

V 외출 1

Ⅵ 외출 2

VII 개인 시간

1090
tiệm cắt tóc 띠엠 깟 똑 미용실

··→ Nghe nói thợ cắt tóc ở tiệm cắt tóc đó giỏi lắm.

저 미용실에 미용사가 매우 잘한대요.

1091
kiểu tóc 끼에우 똑 머리 모양

··→ Chị muốn tạo kiểu tóc như thế nào?

어떤 머리 모양을 하기 원하세요?

1092
tóc 똑 머리카락

··→ Tóc của tôi bị hư sau khi uốn tóc.

파마한 후에 내 머리카락이 많이 상했습니다.

1093
cắt 깟 (가위 등으로) 자르다

··→ Chiều nay em định đi cắt tóc.

오늘 오후에 머리 자르러 갈 예정이예요.

1094
thợ cắt tóc 터 깟 똑 미용사

··→ Em trai tôi muốn trở thành thợ cắt tóc.

내 남동생은 미용사가 되고 싶어한다.

1095

ngắn 응안 짧다

⋯→ Chị hãy cắt tóc ngắn cho tôi.
머리를 짧게 잘라 주세요.

1096

dài 자이(야이) 길다

⋯→ Tôi tóc dài nên khi gội đầu mất nhiều thời gian.
나는 머리카락이 길어서 머리를 감을 때 많은 시간이 걸린다.

1097

uốn tóc 우온 똑 파마하다

⋯→ Anh ấy uốn tóc rồi, trông trẻ quá.
그는 파마하고 나서 정말 젊어 보인다.

1098

nhuộm tóc 뉴옴 똑 염색하다

⋯→ Tôi muốn nhuộm tóc màu nâu.
나는 갈색으로 염색하고 싶어요.

1099

tóc ngang vai 똑 응앙 바이 단발머리

⋯→ Tóc ngang vai không hợp với khuôn mặt tròn.
동그란 얼굴형에 단발머리는 어울리지 않습니다.

1100

tóc dài 똑 자이(야이) 긴 머리

··· Cô ấy tóc dài, mắt hai mí, mũi thẳng, miệng nhỏ.

그녀는 긴 머리이고, 쌍꺼풀 있는 눈에 코는 곧고 입은 작습니다.

1101

tóc mái 똑 마이 앞머리

··· Chị cắt chút tóc mái cho em nhé.

앞머리를 조금 잘라주세요.

1102

bọt biển 봇 비엔 스펀지

··· Sau khi cắt tóc mái, thợ cắt tóc dùng miếng bọt biển phủi tóc trên mặt tôi.

앞머리를 자른 후 미용사는 내 얼굴에 머리카락을 스펀지로 털어 주었다.

1103

hài lòng 하이 롱 만족하다

··· Tôi rất hài lòng về kiểu tóc hiện tại.

나는 지금 내 머리 모양에 만족합니다.

1104

hói đầu 호이 더우 대머리(가 되다)

··· Anh ấy mới 20 tuổi mà đã bị hói đầu.

그는 겨우 20세인데 대머리이다.

1105 **rụng tóc** 중(룽) 똑 탈모, 머리가 빠지다

⋯▸ Hiện nay tôi bị căng thẳng quá nên bắt đầu rụng tóc.
요즘에 나는 스트레스를 많이 받아서 탈모가 오기 시작했어요.

1106 **râu** 저우(러우) 수염

⋯▸ Tôi thấy đàn ông để râu vô cùng lịch lãm.
내가 보기엔 수염 기른 남자가 정말이지 멋지다.

1107 **cạo** 까오 (콧수염을) 깎다

⋯▸ Sau khi bố cạo râu, cậu bé đã không nhận ra bố mình.
수염을 자른 후 아이는 자신의 아빠를 알아보지 못했다.

1108 **tóc xoăn** 똑 쏘안 곱슬머리

⋯▸ Tôi không thích tóc xoăn nên thường duỗi tóc thẳng.
나는 곱슬머리를 좋아하지 않아서 매일 머리를 곧게 편다.

1109 **gel vuốt tóc** 잴 부옷 똑 헤어젤

⋯▸ Anh ấy thường vuốt tóc lên bằng gel vuốt tóc.
그는 자주 헤어젤로 머리를 올린다.

I 준비

II 출근·등교

III 사회생활

IV 집안일

V 외출1

VI 외출2

VII 개인시간

1110

☐ **sáp vuốt tóc** 쌉 부옷 똑 헤어 왁스

··· Sáp vuốt tóc này có hiệu quả cao trong việc giữ nếp tóc lâu.

이 헤어 왁스는 머리를 오래 고정하는 데 효과가 좋습니다.

1111

☐ **mốt** 못 유행하다

··· Kiểu tóc của chị ấy rất mốt, trông giống như diễn viên Hàn Quốc ấy.

그 언니의 헤어스타일은 매우 유행하는 스타일이이다, 한국 연예인 같아 보인다.

1112

☐ **dây buộc tóc** 저이(여이) 부옥 똑 머리끈

··· Bạn có dây buộc tóc không?

친구야, 머리끈 있어?

1113

☐ **buộc tóc** 부옥 똑 머리를 묶다

··· Cô ấy buộc tóc đuôi ngựa cao trông rất xinh.

그녀가 높게 포니테일로 묶으니 너무 예뻐 보입니다.

1114

☐ **bờm tóc** 범 똑 머리띠

··· Em đeo cái bờm tóc nơ này dễ thương thật!

너 이 리본 머리띠 하니까 진짜 귀엽다.

1115 kẹp tóc 깹 똑 머리핀

···▸ Tôi đã mua kẹp tóc để làm quà sinh nhật cho em gái.

나는 여동생에게 생일 선물 하려고 머리핀을 샀다.

1116 gàu 가우 비듬

···▸ Tóc đầu tôi nhiều gàu nên mới mua dầu gội trị gàu.

내 머리에는 비듬이 많아서 비듬 치료 샴푸를 막 샀습니다.

1117 cắt tỉa 깟 띠어 머리를 다듬다, 숱을 치다

···▸ Chị cắt tỉa chút tóc cho em nhé.

머리 살짝만 다듬어 주세요.

I 준비

II 출근·등교

III 사회생활

IV 집안일

V 외출 1

VI 외출 2

VII 개인 시간

1 단어에 해당하는 뜻을 오른쪽 보기에서 찾아 연결해 보세요.

❶ rẻ

❷ sổ tài khoản

❸ mổ

❹ địa chỉ

❺ thực đơn

ⓐ 주소

ⓑ 통장

ⓒ 비싸다

ⓓ 메뉴

ⓔ 싸다

ⓕ 수술

2 문맥상 빈칸에 들어갈 가장 알맞은 단어를 고르세요.

보기

thang máy   mốt   vay tiền   khao

❶ Anh ấy đã (   ) từ ngân hàng để mua nhà.

그는 집을 사기 위해 은행에서 대출을 받았습니다.

❷ Người ta đang kiểm tra (   ) cho an toàn.

안전을 위해 엘리베이터를 점검 중입니다.

❸ Hôm nay để tôi (   ).

오늘 제가 한턱낼게요.

3 단어에 해당하는 뜻을 써 보세요.

❶ 환율 _____

❷ 감기 걸리다 _____

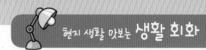

생활 속 회화

Nga	Cái váy liền này đẹp quá, em mặc thử được không anh?
Người bán hàng	Tất nhiên là được ạ, chị mặc cỡ nào ạ?
Nga	Cỡ vừa, phòng thay đồ ở đâu anh ạ?
Người bán hàng	Ở đằng kia ạ.

해석

응아	이 원피스 너무 예쁘네요. 저 입어봐도 될까요?
점원	당연히 가능합니다. 어떤 치수 입으시나요?
응아	중간 치수요. 탈의실은 어디죠?
점원	바로 저기예요.

단어 **váy liền** 원피스 **mặc** 입다 **tất nhiên** 당연하다 **được** 가능하다
cỡ (옷의) 치수, 사이즈 **phòng thay đồ** 탈의실

(1) 숫자

☐ không
0

☐ một
1

☐ hai
2

☐ ba
3

☐ bốn
4

☐ năm
5

☐ sáu
6

☐ bảy / bẩy
7

☐ tám
8

☐ chín
9

☐ mười
10

☐ mười một
11

☐ mười hai
12

☐ mười ba
13

☐ mười bốn
14

☐ mười lăm
15

☐ mười sáu
16

☐ mười bảy
17

☐ mười tám
18

☐ mười chín
19

☐ hai mươi
20

☐ ba mươi
30

☐ bốn mươi
40

☐ năm mươi
50

☐ sáu mươi
60

☐ bảy mươi / bẩy mươi
70

☐ **tám mươi**
80

☐ **chín mươi**
90

☐ **một trăm**
100

☐ **hai trăm**
200

☐ **ba trăm**
300

☐ **bốn trăm**
400

☐ **năm trăm**
500

☐ **sáu trăm**
600

☐ **bảy trăm / bẩy trăm**
700

☐ **tám trăm**
800

☐ **chín trăm**
900

☐ **một nghìn / ngàn**
1.000

☐ **mười nghìn / ngàn**
10.000

☐ **một trăm nghìn / ngàn**
100.000

☐ **một triệu**
1.000.000

☐ **mười triệu**
10.000.000

☐ **một trăm triệu**
100.000.000

☐ **một tỷ / tỉ**
1.000.000.000

(2) 병원부서

- [ ] **nội khoa**
  내과

- [ ] **ngoại khoa**
  외과

- [ ] **sản phụ khoa**
  산부인과

- [ ] **khoa nhi**
  소아과

- [ ] **khoa chấn thương-chỉnh hình**
  정형외과

- [ ] **nha khoa**
  치과

- [ ] **nhãn khoa**
  안과

- [ ] **khoa tai mũi họng**
  이비인후과

- [ ] **khoa da liễu**
  피부과

(3) 종별사

1. 무생물(주로 사물)

cái cái bàn 책상 cái ghế 의자 cái máy lạnh 에어컨 cái tivi 티비

2. 생물

con con người 사람 con chó 개 con mèo 고양이 con chim 새

3. 과일, 구 형태

quả quả táo 사과 quả cam 오렌지 quả chuối 바나나 quả bóng 공

4. 책

quyển / quyển sách 책 quyển từ điển 사전 quyển vở 공책,
cuốn quyển tạp chí 잡지

5. ① 세트 중 날개 / ② 기계, 차량

chiếc
① chiếc giày 구두 chiếc đũa 젓가락 chiếc dép 샌들 chiếc áo 상의
② chiếc xe ô tô 자동차 chiếc xe máy 오토바이
chiếc máy bay 비행기 chiếc xe đạp 자전거

6. 2개 세트, 쌍, 벌

đôi đôi giày 구두 đôi đũa 젓가락 đôi dép 샌들 đôi tất 양말

7. 종이, 신문

tờ tờ giấy 종이 tờ tiền 지폐 tờ báo 신문

8. 그림, 사진, 편지, 직사각형 모양

bức bức tranh 그림 bức ảnh 사진 bức thư 편지 bức tường 벽

9. 얇고 긴 평평한 직사각형 모양의 사물

tấm tấm ảnh 사진 tấm bản đồ 지도 tấm áp phích 포스터

PART VII

개인 시간

Về đến nhà 귀가하다

❶ **về nhà**
집으로 돌아가다

❷ **nghỉ ngơi**
푹 쉬다

⓬ **thời gian rảnh rỗi**
여가시간

⓫ **thư giãn**
긴장을 풀다

❸ **mở** 열다, 켜다

❹ **tắt** 끄다

❺ **đóng** 닫다

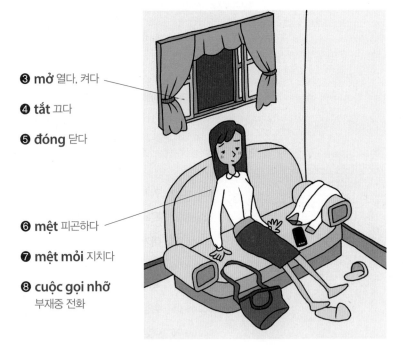

❻ **mệt** 피곤하다

❼ **mệt mỏi** 지치다

❽ **cuộc gọi nhỡ**
부재중 전화

❾ **chuông** 벨, 초인종

❿ **thảnh thơi** 여유롭다

⓭ sống 살다

⓮ toà nhà 건물, 빌딩

⓯ nhà 집

⓰ nhà ở 주택

⓱ nhà một trệt một lầu
이층집

⓲ nhà một tầng 단층집

⓳ chung cư 아파트

⓴ mới 새롭다

㉑ cũ 낡다

I 준비

II 출근 · 등교

III 사회생활

IV 집안일

V 외출 1

VI 외출 2

VII 개인시간

1118
về nhà 베 냐 귀가하다, 집에가다 (출발 시간 기준)

··· Tôi phải về nhà trước 11 giờ đêm.

나는 밤 11시 이전에 집에 가야 합니다.

1119
về đến nhà 베 덴 냐 귀가하다, 집에 도착하다 (도착 시간 기준)

··· Tôi thường về đến nhà lúc 4 giờ rưỡi hay 5 giờ chiều.

나는 주로 오후 4시 반 혹은 5시에 집에 도착합니다.

1120
cuộc gọi nhỡ 꾸옥 고이 녀 부재중 전화

··· Tôi rất ngạc nhiên vì đã có năm cuộc gọi nhỡ của trưởng phòng.

과장님에게 5통의 부재중 전화가 와 있어서 나는 매우 놀랐습니다.

1121
bấm 범 누르다

··· Khi cần sự giúp đỡ, xin vui lòng bấm chuông.

도움이 필요하실 때 벨을 눌러 주세요.

1122
mở 머 켜다, 열다

··· Anh mở máy lạnh giúp em nhé.

에어컨을 켜 주세요.

⋯▸ Hãy mở cửa sổ thường xuyên cho phòng thoáng mát hơn.

방이 더 환기가 잘 되도록 자주 창문을 여세요.

1123

tắt 땃 끄다

⋯▸ Tớ đang nghe nhạc mà sao cậu lại tắt?

나 지금 음악 듣고 있는데 너는 왜 또 끄는 거야?

1124

đóng 동 닫다

⋯▸ Cửa hàng tiện lợi đó đóng cửa lúc mấy giờ?

그 편의점은 몇 시에 문을 닫지요?

1125

thời gian rảnh rỗi 터이 잔(얀) 자잉(란) 조이(로이) 여가시간

⋯▸ Bạn đang sử dụng thời gian rảnh rỗi vào việc gì?

당신은 어떤 일에 여가시간을 사용하고 있나요?

1126

thảnh thơi 타잉(탄) 터이 여유로운

⋯▸ Sáng chủ nhật, ai cũng muốn được thảnh thơi.

일요일 아침에는 누구나 다 여유로운 시간을 보내고 싶어한다.

I 준비

II 출근·등교

III 사회생활

IV 집안일

V 외출 1

VI 외출 2

VII 개인시간

1127

nghỉ ngơi 응이 응어이 푹 쉬다

⋯▸ Dạo này công việc quá bận rộn nên bị căng thẳng lắm. Tôi nên nghỉ ngơi nhiều.

요즘에 일이 너무 바빠서 너무 스트레스 받는다. 나는 많이 푹 쉬어야 한다.

1128

mệt 멧 피곤하다

⋯▸ Vì anh ấy mệt lắm nên đi phòng tắm hơi cho đỡ mệt.

그는 너무 피곤해서 피로를 덜기 위해 사우나에 갔다.

1129

mệt mỏi 멧 모이 지치다

⋯▸ Tôi bị cảm do mệt mỏi lâu ngày dồn lại.

나는 여러 날 피로가 쌓여서 감기에 걸렸다.

1130

lười 르어이 게으르다

⋯▸ Anh ta lười đến mức cả ngày chẳng làm việc gì.

그는 하루 종일 아무 일도 안 할 정도로 게으르다.

1131

thư giãn 트 쟌(얀) 긴장을 풀다

⋯▸ Khi mất tập trung, các bạn nên nghỉ một chút cho thư giãn đầu óc.

집중력을 잃을 때 여러분은 두뇌의 긴장을 풀기 위해 잠시 쉬어야 합니다.

1132 chuông 쭈옹 초인종

⋯▸ Tiếng chuông vang lên nhưng không ai ra mở cửa.
초인종 소리가 울리는데 아무도 나와서 문을 열지 않는다.

1133 sống 쏭 살다

⋯▸ Anh ấy đã từng sống ở châu Phi ba năm.
그는 아프리카에 3년 살았던 적이 있다.

1134 toà nhà 또아 냐 빌딩, 건물

⋯▸ Nhiều toà nhà cao tầng tạo nên vẻ đẹp đặc biệt.
많은 고층건물들이 특별한 아름다움을 만들어 낸다.

1135 nhà 냐 집

⋯▸ Nếu được trúng số, tôi sẽ mua một ngôi nhà có vườn.
만약 복권에 당첨된다면 나는 정원 있는 집 한 채를 구입할 것이다.

1136 nhà ở 냐 어 주택

⋯▸ Vấn đề nhà ở tại các thành phố lớn ngày càng nan giải.
각 대도시의 주택 문제가 나날이 해결하기 어렵다.

I 준비

II 출근 · 등교

III 사회생활

IV 집안일

V 외출 1

VI 외출 2

VII 개인시간

1137
nhà một trệt một lầu 냐 못 쩻 못 러우 이층집

⋯▸ Hiện nay, ở các khu đô thị mới, nhà một trệt một lầu là kiểu nhà phổ biến nhất.
요즘에 각 신도시에서는 이층집이 가장 보편적인 주거 형식이다.

1138
nhà một tầng 냐 못 떵 단층집

⋯▸ Giá nhà một tầng rẻ hơn nhà có nhiều tầng.
단층집의 가격은 여러 층이 있는 집보다 쌉니다.

1139
chung cư 쭝 끄 아파트

⋯▸ Người ta thích mua căn hộ chung cư hơn vì đầy đủ tiện nghi, đảm bảo an ninh.
시설이 좋고 보안을 보장하기 때문에 사람들은 아파트를 구매하는 것을 더 좋아합니다.

1140
mới 머이 새롭다

⋯▸ Chiếc xe mới của cô của hãng gì?
당신의 새 차는 어느 회사인가요?

1141
cũ 꾸 낡다

⋯▸ Nhà này được xây lâu rồi nên cũ quá.
이 집은 지어진 지 오래되어서 매우 낡았다.

1142

chuyển nhà / dọn nhà 쭈이엔 냐 / 존(욘) 냐 이사하다

⋯▶ Anh ấy mới chuyển nhà vào Đà Nẵng.

그는 막 다낭으로 이사 왔다.

⋯▶ Ở Việt Nam có nhiều điều kiêng kị về việc dọn nhà.

베트남에는 이사에 관한 많은 금기사항이 있다.

1143

bất động sản 벗 동 싼 부동산

⋯▶ Anh ấy kiếm được nhiều tiền nhờ đầu tư vào bất động sản.

그는 부동산 투자 덕분에 많은 돈을 벌었습니다.

❶ **tắm** 목욕하다, 샤워하다

❷ **vòi tắm** 샤워기

❿ **sữa rửa mặt** 폼클렌징

❸ **sữa tắm**
바디 클렌저,
바디워시

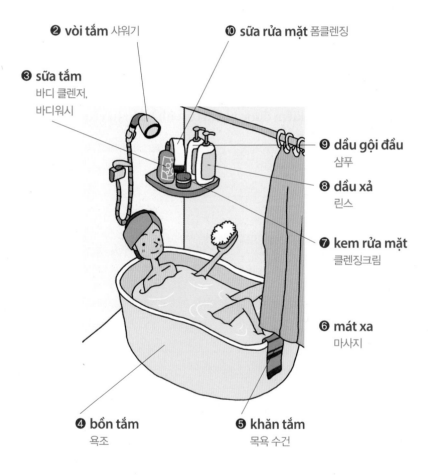

❾ **dầu gội đầu**
샴푸

❽ **dầu xả**
린스

❼ **kem rửa mặt**
클렌징크림

❻ **mát xa**
마사지

❹ **bồn tắm**
욕조

❺ **khăn tắm**
목욕 수건

❶ **kỳ ghét** 때를 밀다

❷ **rửa tay** 손을 씻다

❸ **rửa mặt** 세수하다

❹ **tạo bọt** 거품을 내다

❺ **ngâm** 담그다

❻ **đắp** 덮다, (팩을) 하다

❼ **mặt nạ** 팩, 마스크팩

❽ **cân nặng** 무게가 나가다

❾ **béo / mập** 살찌다

❿ **gầy / ốm** 마르다

I 준비

II 출근·등교

III 사회생활

IV 집안일

V 외출 1

VI 외출 2

VII 개인시간

1144

tắm 땀 목욕하다, 샤워하다

···▶ Cuối tuần nào hai mẹ con tôi cũng đi nhà tắm công cộng.
주말마다 엄마와 나는 공중목욕탕에 갑니다.

···▶ Tôi thường tắm cho con vào buổi tối.
나는 주로 저녁에 아이를 목욕시킵니다.

···▶ Chị ấy đi tắm rồi.
그 언니는 샤워하러 갔어요.

1145

vòi tắm 보이 땀 샤워기

···▶ Tôi không biết tại sao vòi tắm bị rỉ nước.
왜 샤워기에 물이 새는지 모르겠어요.

1146

khăn tắm 칸 땀 목욕 수건

···▶ Cái khăn tắm này chưa khô hẳn nên có mùi.
이 목욕 수건은 다 마르지 않아서 냄새가 나요.

1147

kem rửa mặt 깸 즈어(르어) 맛 클렌징크림

···▶ Kem rửa mặt NIVEA tốt cho da nhạy cảm.
니베아 클렌징크림은 민감성 피부에 좋습니다.

1148

sữa rửa mặt 쓰어 즈어(르어) 맛 폼클렌징, 클렌징폼

⋯▸ Sau khi tẩy trang, phải rửa mặt bằng sữa rửa mặt cho sạch.

화장을 지운 후에 반드시 깨끗하게 폼클렌징으로 세안해야 합니다.

1149

sữa tắm 쓰어 땀 바디워시

⋯▸ Chị có sữa tắm mùi táo không?

사과향 바디워시 있나요?

1150

dầu gội đầu 저우(여우) 고이 더우 샴푸

⋯▸ Dạo này, người tiêu dùng thích dầu gội đầu từ thiên nhiên, không hoá chất.

요즘에 소비자는 화학물질이 없는 천연샴푸를 선호합니다.

1151

dầu xả 저우(여우) 싸 린스

⋯▸ Sau khi gội đầu, dùng dầu xả thì tóc mềm mại hơn.

샴푸 후에 린스를 사용하면 머리카락이 더 부드럽습니다.

1152

tắm xông hơi 땀 쏭 허이 사우나하다

⋯▸ Khi trời rét, tôi thường đi tắm xông hơi.

날씨가 추울 때, 나는 자주 사우나하러 갑니다.

I 준비

II 출근·등교

III 사회생활

IV 집안일

V 외출 1

VI 외출 2

VII 개인시간

1153

mát xa 맛 싸 마사지

⋯▸ Ở Việt Nam có nhiều quán mát xa.
베트남에는 많은 마사지샵이 있습니다.

1154

bồn tắm 본 땀 욕조

⋯▸ Sau một ngày làm việc vất vả, tôi thường ngâm mình trong bồn tắm để thư giãn.
고생하며 일한 하루 뒤에, 나는 긴장을 풀기 위해 욕조에 몸을 담급니다.

1155

rửa mặt 즈어(르어) 맛 세수하다, 세안하다

⋯▸ Buổi sáng, tôi chỉ rửa mặt bằng nước để bảo vệ làn da.
아침에 피부결을 보호하기 위해 물로만 세안합니다.

1156

kỳ ghét 끼 갯 때를 밀다, 때 밀기

⋯▸ Vì sao ngày nào cũng tắm mà vẫn kỳ ra ghét?
왜 매일 샤워하는데도 때가 나오는 걸까요?

1157

tạo bọt 따오 봇 거품을 내다

⋯▸ Tôi thích tạo bọt sữa rửa mặt để rửa mặt.
나는 세수하기 위해 폼클렌징에 거품을 내는 걸 좋아합니다.

1158 đắp 답 덮다, (팩을) 하다

⋯▸ Buổi tối nào tôi cũng đắp mặt nạ cho đẹp da.
아름다운 피부를 위해 나는 저녁마다 마스크팩을 합니다.

1159 cân nặng 껀 낭 무게가 나가다

⋯▸ Cô ấy chỉ cân nặng 48 cân nhưng vẫn ăn kiêng.
그녀는 48kg만 나가는데도 다이어트를 한다.

1160 béo / mập 배오 / 법 살찌다

⋯▸ Cô ta không dám ăn thịt vì sợ béo.
그녀는 살찔까봐 고기를 못 먹습니다.

1161 gầy / ốm 거이 / 옴 마르다

⋯▸ Sau khi chia tay với bạn gái, anh ấy ngày càng gầy đi.
여자친구와 헤어진 후에 그는 나날이 말라갑니다.

1162 giảm cân 쟘(양) 껀 다이어트하다

⋯▸ Tôi luôn thất bại trong việc giảm cân nên béo lên.
나는 항상 다이어트에 실패하여 살이 찝니다.

I 준비

II 출근 · 등교

III 사회생활

IV 집안일

V 외출 1

VI 외출 2

VII 개인시간

❶ **cố gắng** 노력하다

❷ **đối chiếu** 대조하다

⑭ **mạng xã hội** 소셜 네트워크 서비스, SNS

⑬ **sở thích** 취미

⑫ **chăm chỉ** 열심히

⑪ **hết sức** 최선을 다해

⑩ **internet**
인터넷

❾ **Blog**
블로그

❽ **trang web**
웹사이트

❸ **máy tính**
컴퓨터

❹ **chat**
채팅

❺ **thư rác**
스팸메일

❻ **địa chỉ email**
이메일 주소

❼ **thư điện tử**
이메일

⑮ **leo núi** 등산하다

⑯ **cắm hoa** 꽃꽂이하다

⑰ **viết thư pháp** 서예하다

⑱ **vẽ tranh** 그림 그리다

⑲ **sưu tập tem** 우표를 수집(하다)

⑳ **hát** 노래하다

㉑ **khiêu vũ** 춤추다

㉒ **đan móc** 뜨개질하다

I 준비

II 출근·등교

III 사회생활

IV 집안일

V 외출1

VI 외출2

VII 개인시간

1163
☐ **giải trí** 쟈이(야이) 찌 여가, 오락

⋯▸ Dạo này tôi bận quá, không có thì giờ để giải trí.
요즘에 나는 너무 바빠서 여가를 즐길 시간이 없다.

1164
☐ **máy tính** 마이 띵 컴퓨터

⋯▸ Máy tính là một dụng cụ không thể thiếu trong đời sống của con người.
컴퓨터는 인간의 생활에서 없어서는 안 될 도구입니다.

1165
☐ **chăm chỉ** 짬 찌 열심히

⋯▸ Em ấy học tiếng Việt rất chăm chỉ.
그 애는 베트남어를 매우 열심히 공부한다.

1166
☐ **cố gắng** 꼬 강 노력하다

⋯▸ Tôi cố gắng hiểu anh ấy muốn nói gì nhưng không hiểu được.
나는 그가 무엇을 말하려고 하는지 이해하려고 노력했으나 이해할 수 없었다.

1167
☐ **hết sức** 헷 쓱 최선을 다해

⋯▸ Để đạt được kết quả, mọi người cố gắng hết sức mình.
결과를 달성하기 위해 모두가 자신의 최선을 다해 노력한다.

1168
phần mềm 펀 멤 소프트웨어

···▸ Bạn cần phải cập nhật phần mềm theo định kỳ.
주기적으로 소프트웨어를 업데이트해야 합니다.

1169
phần cứng 펀 꿍 하드웨어

···▸ Phần cứng là màn hình, chuột, bàn phím v.v…
하드웨어란 모니터, 마우스, 키보드 등이다.

1170
chuột máy tính 쭈옷 마이 띵 마우스

···▸ Chuột máy tính không dây của tôi mặc dù giá rẻ
nhưng dùng cũng tốt lắm.
내 무선 마우스는 비록 가격이 싸지만 쓸 만합니다.

1171
bàn phím 반 핌 키보드

···▸ Cái bàn phím này là sản phẩm chính hãng Apple.
이 키보드는 애플 정품입니다.

1172
trang chủ 짱 쭈 홈페이지

···▸ Anh cho em biết cách cài đặt Google làm trang chủ
cho máy tính của em đi.
오빠, 구글을 제 컴퓨터의 홈페이지가 되게 설정하는 법을 알려 주세요.

I 준비
II 출근·등교
III 사회생활
IV 집안일
V 외출1
VI 외출2
VII 개인시간

1173

tải xuống 따이 쑤옹 다운로드하다

→ Trước khi tải xuống các tập tin không rõ nguồn gốc, bạn phải kiểm tra virus.

출처를 알 수 없는 파일을 다운로드하기 전에 반드시 바이러스 검사를 해야 합니다.

1174

internet 인떠넷 인터넷

→ Hàn Quốc là quốc gia có tốc độ internet nhanh nhất trên thế giới.

한국은 세계에서 인터넷 속도가 제일 빠른 나라입니다.

1175

Blog 블로그 블로그

→ Tôi muốn tạo Blog bán hàng miễn phí.

나는 무료 상업 블로그를 만들고 싶어요.

1176

trang web 짱 웹 웹사이트

→ Lazada.vn là trang web mua sắm trực tuyến lớn nhất ở Việt Nam.

Lazada.vn은 베트남에서 제일 큰 온라인 쇼핑 웹사이트입니다.

1177

thư điện tử 트 디엔 뜨 이메일

→ Hãy gửi thư điện tử cho tôi nhé.

저에게 이메일을 보내 주세요.

1178 □

đối chiếu 도이 찌에우 대조하다

⋯▸ Sau khi dịch xong, bạn cần đối chiếu câu đã dịch với câu trong nguyên bản.

번역한 후에 원문과 번역문을 대조해야 합니다.

1179 □

thư rác ㅌ 작(락) 스팸메일

⋯▸ Đừng mở thư rác kẻo bị dính mã độc.

악성코드에 감염되지 않으려면 스팸메일을 열지 마세요.

1180 □

địa chỉ email 디어 찌 이메일 이메일 주소

⋯▸ Địa chỉ email của tôi ở trên danh thiếp.

나의 이메일 주소는 명함에 있습니다.

1181 □

chat 짯 채팅하다

⋯▸ Khi chat với người lạ, đừng cho họ biết thông tin cá nhân.

낯선 사람과 채팅할 때 개인정보를 알려주지 마세요.

1182 □

nhật ký 녓 끼 일기

⋯▸ Cô ấy viết nhật ký hàng ngày.

매일 그녀는 일기를 씁니다.

Ⅰ 준비

Ⅱ 출근 · 등교

Ⅲ 사회생활

Ⅳ 집안일

Ⅴ 외출 1

Ⅵ 외출 2

Ⅶ 개인 시간

1183

sở thích 써 틱 취미

⋯▸ Sở thích của tôi là câu cá.

내 취미는 낚시하는 것입니다.

1184

mạng xã hội 망 싸 호이 SNS, 소셜 네트워크 서비스

⋯▸ Dạo này nhiều thanh thiếu niên bị nghiện mạng xã hội.

요즘 많은 청소년들이 SNS 중독입니다.

1185

leo núi 래오 누이 등산하다

⋯▸ Trưởng phòng ép các nhân viên phòng tiếp thị đi leo núi với mình.

부장은 마케팅 부서 사원들에게 자신과 등산하러 갈 것을 강요했다.

1186

cắm hoa 깜 호아 꽃꽂이하다

⋯▸ Để trang trí cho lễ ăn hỏi, tôi nên cắm hoa gì?

약혼식을 위한 장식으로 나는 어떤 꽃을 꽃꽂이하는 것이 좋을까?

1187

viết thư pháp 비엣 트 팝 서예하다

⋯▸ Viết thư pháp là một nét văn hoá truyền thống độc đáo của chúng ta.

서예는 우리의 독창적인 전통문화입니다.

1188 vẽ tranh 베 짜잉(짠) 그림 그리다

⋯▸ Khi rảnh, tôi thường vẽ tranh phong cảnh.
한가할 때 나는 주로 풍경화를 그립니다.

1189 sưu tập tem 쓰우 떱 땜 우표를 수집(하다)

⋯▸ Bộ sưu tập tem của ông ấy được đánh giá rất cao.
그의 우표 컬렉션은 매우 높은 평가를 받는다.

1190 hát 핫 노래하다

⋯▸ Anh ấy hát hay như các ca sĩ chuyên nghiệp.
그는 프로 가수들처럼 노래를 잘한다.

1191 khiêu vũ 키에우 부 춤추다

⋯▸ Mẹ tôi thường đến câu lạc bộ khiêu vũ vào cuối tuần.
나의 어머니는 주말에 보통 댄스클럽에 가신다.

1192 móc / đan 목 / 단 뜨개질하다

⋯▸ Tôi đang móc áo len cho bạn trai ở xa.
나는 멀리 있는 남자친구를 위해 스웨터를 뜨개질하고 있다.

I 준비

II 출근 · 등교

III 사회생활

IV 집안일

V 외출 1

VI 외출 2

Ⅶ 개인시간

scene 04 Xem tivi TV를 보다
Đọc sách 독서하다

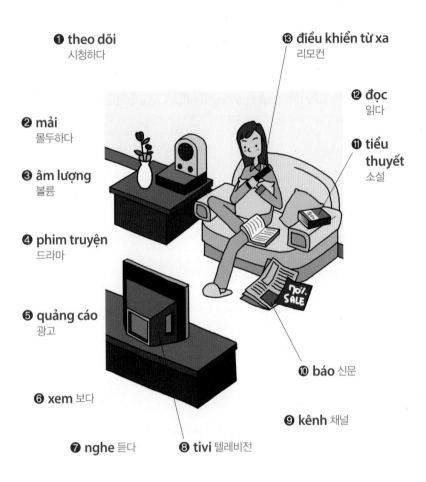

❶ theo dõi
시청하다

❷ mải
몰두하다

❸ âm lượng
볼륨

❹ phim truyện
드라마

❺ quảng cáo
광고

❻ xem 보다

❼ nghe 듣다

❽ tivi 텔레비전

❾ kênh 채널

❿ báo 신문

⓫ tiểu thuyết
소설

⓬ đọc
읽다

⓭ điều khiển từ xa
리모컨

⑭ **truyện tranh** 만화

⑮ **truyền hình trực tiếp** 생방송

⑯ **phát lại** 재방송

⑰ **chương trình** 프로그램

⑱ **chương trình quiz** 퀴즈 프로그램

⑲ **tin tức** 뉴스

⑳ **dự báo thời tiết** 일기 예보

㉑ **xổ số** 복권

㉒ **tạp chí** 매거진, 잡지

㉓ **sách một tập** 단행본

㉔ **sách bán chạy nhất** 베스트셀러

1193
tivi 띠비 텔레비전

⋯▸ Buổi tối, tôi thường xem tivi hay đi dạo.
저녁에 나는 텔레비전을 보거나 산책합니다.

1194
theo dõi 태오 조이(요이) 시청하다

⋯▸ Cám ơn quý vị và các bạn đã theo dõi chương trình
<Việt Nam hôm nay>.
〈오늘의 베트남〉을 시청해주신 시청자 여러분 감사드립니다.

1195
xem 쌤 보다

⋯▸ Tôi thích xem chương trình ca nhạc.
나는 음악 프로그램을 보는 것을 좋아합니다.

1196
nghe 응애 듣다

⋯▸ Bà tôi luôn nghe tin tức lúc 6 giờ sáng.
우리 할머니는 아침 6시에 항상 뉴스를 듣습니다.

1197
mải 마이 몰두하다

⋯▸ Anh ấy mải xem bóng đá mà quên cả việc ăn uống.
그는 먹고 마시는 것도 잊은 채 열중해서 축구를 봅니다.

1198

phim truyện 핌 쭈이엔 드라마

⋯▸ Dạo này tôi thường xem phim truyện Việt Nam để học tiếng Việt.
요즘 나는 베트남어를 공부하기 위해 베트남 드라마를 자주 봅니다.

1199

kênh 껭 채널

⋯▸ Phim ⟨Mối tình đầu của tôi⟩ đang chiếu trên kênh VTV3.
드라마 〈나의 첫사랑〉은 VTV3채널에서 방영하고 있습니다.

1200

điều khiển từ xa 디에우 키엔 뜨 싸 리모컨

⋯▸ Tôi không nhớ để cái điều khiển từ xa ở đâu.
나는 리모컨을 어디에 두었는지 기억이 나지 않습니다.

1201

âm lượng 엄 르엉 볼륨

⋯▸ Em cho nhỏ âm lượng được không? Anh sợ con bé giật mình.
볼륨을 좀 줄여줄 수 있어요? 아기가 놀랄까봐 걱정돼요.

1202

đọc 독 읽다

⋯▸ Tôi thích đọc truyện ngắn.
나는 단편을 읽는 것을 좋아합니다.

I 준비

II 출근·등교

III 사회생활

IV 집안일

V 외출 1

VI 외출 2

VII 개인시간

1203
đọc sách 독 싸익(싹) 독서

⋯⟶ Đọc sách nhiều làm cho kiến thức của bạn phong phú hơn.

많은 독서는 당신의 지식을 더 풍부하게 합니다.

1204
tiểu thuyết 띠에우 투이엣 소설

⋯⟶ Tôi thích đọc tiểu thuyết tình yêu.

나는 연애소설을 읽는 것을 좋아합니다.

1205
báo 바오 신문

⋯⟶ Trên đường về nhà, nhờ anh mua giùm 1 tờ báo <Tuổi trẻ> cho em nhé.

집 오는 길에 저에게 〈뚜오이 째〉 신문 한 부를 사다 주길 부탁해요.

1206
chương trình 쯔엉 찡 프로그램

⋯⟶ Hôm nay trên tivi có chương trình giải trí nào?

오늘 티비에 어떤 예능 프로그램이 있습니까?

1207
truyện tranh 쭈이엔 짜잉(짠) 만화

⋯⟶ Các bạn trẻ rất mê đọc truyện tranh Nhật Bản.

젊은이들은 일본만화를 보는 것에 매우 빠졌다.

I 준비

II 출근 · 등교

III 사회생활

IV 집안일

V 외출 1

VI 외출 2

VII 개인시간

1208

chương trình quiz 쯔엉 찡 퀴즈 퀴즈 프로그램

⋯▸ Hiện nay, ai cũng muốn tham gia vào chương trình quiz.

요즘에 누구나 다 퀴즈 프로그램에 참가하고 싶어한다.

1209

dự báo thời tiết 즈(이으) 바오 터이 띠엣 일기 예보

⋯▸ Theo dự báo thời tiết, ngày mai trời mưa phùn.

일기 예보에 따르면 내일은 가랑비가 온다고 합니다.

1210

tin tức 띤 뜩 뉴스

⋯▸ Nếu bạn muốn xem tin tức thời sự thì hãy chọn kênh VTV1.

만약 시사뉴스를 보고 싶다면 VTV1체널을 선택하세요.

1211

xổ số 쏘 쏘 복권

⋯▸ Anh ấy trúng xổ số nên sắp di cư qua Mỹ rồi.

그는 복권에 당첨되어서 곧 미국으로 이민을 갈 것이다.

1212

tạp chí 땁 찌 잡지

⋯▸ Tôi đã mua mấy quyển tạp chí thời trang Việt Nam.

나는 베트남 패션 잡지를 몇 권 샀습니다.

1213

sách bán chạy nhất 싸익(싹) 반 짜이 녓 베스트셀러

··· Hãy tìm xem sách nào là những sách bán chạy nhất.

어떤 책이 베스트셀러인지 찾아보세요.

1214

nhạc cổ điển 낙 꼬 디엔 클래식

··· Từ nhỏ, tôi chỉ nghe nhạc cổ điển thôi.

어렸을 때부터 나는 클래식만 듣는다.

1215

dân ca 전(연) 까 유행가, 대중가요

··· Giới trẻ rất thích nghe dân ca.

젊은이들은 대중가요 듣기를 좋아합니다.

1216

nhà văn 냐 반 문학가

··· Nhà văn Nam Cao hoàn thiện phong cách truyện ngắn Việt Nam.

남 까오 문학가는 베트남 단편의 스타일을 완성시켰다.

1217

nhà thơ 냐 터 시인

··· Dạo này tôi quan tâm nhiều đến thơ và muốn trở thành nhà thơ.

요즘에 나는 시에 관심이 많고 시인이 되고 싶다.

1218

nhạc sĩ 냑 씨 뮤지션, 음악가

···▸ Bạn thích nhạc sĩ hoặc nhà soạn nhạc nào nhất?
당신은 어떤 뮤지션이나 작곡가를 제일 좋아하나요?

1219

sách phát triển bản thân 싸익(싹) 팟 찌엔 반 턴
자기계발서

···▸ Cuốn sách phát triển bản thân này giúp tôi bỏ tật xấu.
이 자기계발서는 내가 나쁜 습관을 버리게 도와줬다.

I 준비

II 출근·등교

III 사회생활

IV 집안일

V 외출1

VI 외출2

VII 개인시간

Đi ngủ 취침하다

❶ **nằm sấp**
엎드리다

❷ **giấc ngủ**
잠, 수면

❸ **buồn ngủ**
졸리다

❾ **ngủ sâu giấc**
깊이 잠들다, 숙면하다

❽ **ngủ**
잠들다, 잠자다

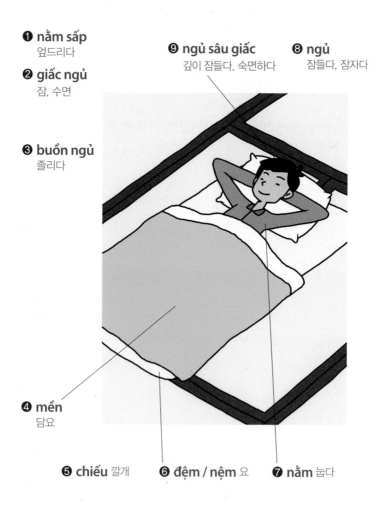

❹ **mền**
담요

❺ **chiếu** 깔개   ❻ **đệm / nệm** 요   ❼ **nằm** 눕다

❿ **trải** 깔다

⓫ **ngáp** 하품하다

⓬ **mất ngủ** 불면증

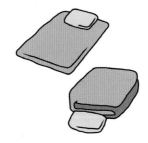

⓭ **nói mê** 잠꼬대

⓮ **nghiến răng** 이를 갈다

⓯ **ngáy** 코를 골다

⓰ **giấc mơ** 꿈

⓱ **ác mộng** 악몽

⓲ **thức khuya** 철야

I 준비

II 출근·등교

III 사회생활

IV 집안일

V 외출1

VI 외출2

VII 개인시간

1220

ngủ 응우 잠들다, 잠자다

⋯› Xin lỗi, tôi đã ngủ mất rồi.
미안해요, 나는 잠들어 버렸어요.

1221

giấc ngủ 젝(역) 응우 잠, 수면

⋯› Chất lượng giấc ngủ quan trọng hơn thời gian ngủ.
수면 시간보다 수면의 질이 중요합니다.

1222

buồn ngủ 부온 응우 졸리다

⋯› Tôi ngủ đủ rồi mà cứ đến buổi chiều là lại buồn ngủ.
나는 잠을 충분히 잤는데 오후만 되면 또 졸린다.

1223

nằm 남 눕다

⋯› Bạn tôi đang nằm tắm nắng trên bãi cát.
내 친구는 모래사장에 누워 일광욕을 하고 있습니다.

1224

nằm sấp 남 썹 엎드리다

⋯› Tại sao nằm sấp khi ngủ không tốt?
왜 엎드려 자는 것이 좋지 않나요?

chăn / mền 짠 / 멘 담요

⋯⟩ Cái chăn này ấm vì nó dày.
이 담요는 두꺼워서 따뜻합니다.

1226
đệm / nệm 뎀 / 넴 요

⋯⟩ Cái đệm này rất êm.
이 요는 매우 푹신합니다.

1227
trải 짜이 깔다

⋯⟩ Tôi đã trải chăn đẹp lên giường.
나는 침대에 예쁜 이불을 깔았습니다.

1228
ngáp 응압 하품을 하다

⋯⟩ Buồn ngủ quá, tôi đã ngáp bao nhiêu lần rồi.
너무 졸려서, 하품을 얼마나 많이 했는지.

1229
mất ngủ 멋 응우 불면증

⋯⟩ Chẳng hiểu sao mấy đêm nay tôi bị mất ngủ.
왜 그런지 모르겠지만 며칠 밤 나는 계속 불면증을 겪고 있다.

I 준비

II 출근·등교

III 사회생활

IV 집안일

V 외출 1

VI 외출 2

VII 개인시간

1230

thức khuya 특 쿠이아 밤새다

···▸ Thức khuya là thói quen xấu cướp đi mạng sống
của bạn.

밤을 새는 것은 당신의 생명을 강탈해 가는 나쁜 습관입니다.

1231

ngủ ngon 응우 응온 잘 자다

···▸ Chúc em ngủ ngon!

동생아 잘 자!

1232

nghiến răng 응이엔 장(랑) 이를 갈다

···▸ Anh ấy có tật ngủ nghiến răng, mở mắt.

그는 이를 갈고 눈 뜨고 자는 잠버릇이 있어요.

1233

ngáy 응아이 코를 골다

···▸ Chồng tôi có tật ngủ ngáy, tôi khó ngủ quá.

우리 남편은 코를 고는 습관이 있어서 나는 잠들기가 너무 어렵다.

1234

nói mê 노이 메 잠꼬대하다

···▸ Em gái tôi nói mê khi ngủ, tôi sợ quá.

여동생이 잘 때 잠꼬대를 해서 나는 너무 무섭다.

1235

giấc mơ 젹(역) 머 꿈

⟶ Bình thường, người ta không nhớ được giấc mơ của mình.

보통 사람들은 자신의 꿈을 기억하지 못합니다.

1236

ác mộng 악 몽 악몽

⟶ Tôi đã gặp ác mộng, bỗng nhiên tỉnh giấc.

나는 악몽을 꿔서 갑자기 깼습니다.

1237

bị bóng đè 비 봉 대 가위에 눌리다

⟶ Tôi phải làm thế nào để thoát khỏi bị bóng đè?

가위 눌림에서 깨려면 어떻게 해야 하나요?

1238

ngủ sâu giấc 응우 써우 젹(역) 깊이 잠들다, 숙면하다

⟶ Để ngủ sâu giấc, không nên ăn hay tập thể dục trước khi đi ngủ.

숙면하기 위해서 잠자리에 들기 전에 먹거나 운동하지 않는 것이 좋습니다.

I 준비

II 출근 · 등교

III 사회생활

IV 집안일

V 외출 1

VI 외출 2

VII 개인 시간

❶ **chuyến bay**
항공편

❷ **sân bay**
공항

❸ **cửa hàng miễn thuế**
면세점

❹ **du lịch tự do**
자유여행

❺ **du lịch theo đoàn**
단체여행

❻ **mong đợi**
기대하다

❼ **trì hoãn**
연착하다

❽ **quá cân**
중량을 초과하다

❾ **gửi hành lý**
탁송하다, 짐을 부치다

❿ **vali**
여행용 가방

⓫ vé máy bay 비행기표

⓬ kế hoạch 계획

⓭ hộ chiếu 여권

⓮ khởi hành 출발하다

⓯ khách sạn 호텔

⓰ thị thực 비자

⓱ chỗ ngồi 좌석

⓲ danh lam thắng cảnh 명승고적

⓳ phòng đơn 1인실

⓴ phòng đôi 2인실

㉑ đồ lưu niệm 기념품

I 준비

II 출근·등교

III 사회생활

IV 집안일

V 외출 1

VI 외출 2

VII 개인 시간

1239
du lịch 주(유) 릭 여행

···> Cả gia đình cô Linh sẽ đi du lịch ở Lào.
링 선생님 가족 전체는 라오스에 여행을 갈 겁니다.

1240
hành lý 하잉(한) 리 짐

···> Nhờ anh mang hành lý ra xe giúp tôi nhé.
저를 도와 짐을 차로 옮기길 부탁드려요.

1241
vali 발리 여행용 가방, 트렁크

···> Xin vui lòng mở vali để kiểm tra.
확인을 위해서 여행용 가방을 열어 주세요.

1242
kế hoạch 께 호아익(호악) 계획

···> Lúc lập kế hoạch du lịch là vui nhất.
여행 계획을 짤 때가 제일 기쁘다.

1243
mong đợi 몽 더이 기대하다

···> Bạn mong đợi gì nhất ở chuyến du lịch này?
너는 이번 여행에서 무엇이 제일 기대되니?

1244

sân bay 썬 바이 공항

⋯▸ Sân bay nội địa gần sân bay quốc tế.
국내선 공항은 국제선 공항에서 가깝습니다.

1245

gửi hành lý 그이 하잉(한) 리 탁송하다, 짐을 부치다

⋯▸ Anh muốn gửi mấy chiếc vali? Vali này anh gửi hành lý hay để xách tay?
짐을 몇 개를 부치고 싶으세요? 이 짐은 수화물로 부치시나요? 아니면 들고 가시나요?

1246

quá cân 꾸아 껀 중량을 초과하다

⋯▸ Hành lý quá cân thì phải trả thêm bao nhiêu tiền?
짐이 초과되면 얼마를 더 지불해야 하나요?

1247

khởi hành 커이 하잉(한) 출발하다

⋯▸ Xe lửa khởi hành lúc mấy giờ?
기차는 몇 시에 출발하나요?

1248

hoãn 호안 연착하다

⋯▸ Chuyến bay bị hoãn là chuyện thường xuyên xảy ra.
항공편이 연착되는 것은 일반적으로 발생하는 일입니다.

1249

du lịch theo đoàn 주(유) 릭 태오 도안 단체여행

⋯▸ Đi du lịch theo đoàn tuy giá hợp lý nhưng mất tự do.

단체여행은 합리적인 가격이지만 자유가 없다.

1250

du lịch tự do 주(유) 릭 뜨 조(요) 자유여행

⋯▸ Ưu điểm của du lịch tự do là những gì?

자유여행의 장점은 무엇들이 있나요?

1251

chuyến bay 쭈이엔 바이 항공편

⋯▸ Anh sẽ đổi sang chuyến bay nào ạ?

당신은 어떤 항공편으로 갈아타시나요?

1252

cửa hàng miễn thuế 끄어 항 미엔 투에 면세점

⋯▸ Tôi đã mua một cây son môi ở cửa hàng miễn thuế.

나는 면세점에서 립스틱 하나를 샀습니다.

1253

hộ chiếu 호 찌에우 여권

⋯▸ Cho tôi xem hộ chiếu.

여권을 보여 주세요.

1254
vé máy bay 배 마이 바이 비행기표

··▸ Vé máy bay khứ hồi Hà Nội –Thành phố Hồ Chí Minh giá gần 2 triệu đồng.
하노이–호치민 왕복 비행기표는 거의 200만 동입니다.

1255
thị thực 티 특 비자

··▸ Người Hàn Quốc được miễn thị thực 15 ngày khi du lịch ở Việt Nam.
한국인은 베트남 여행 시 15일간 무비자입니다.

1256
chỗ ngồi 쪼 응오이 좌석

··▸ Cô có thể cho tôi chỗ ngồi cạnh cửa sổ được không?
창가 좌석 주실 수 있나요?

1257
khách sạn 카익(칵) 싼 호텔

··▸ Ở gần sân bay có khách sạn không?
공항 근처에 호텔이 있나요?

1258
phòng đơn 퐁 던 1인실

··▸ Xin lỗi, chúng tôi hết phòng đơn rồi.
죄송합니다만, 1인실은 매진입니다.

I 준비

II 출근 · 등교

III 사회생활

IV 집안일

V 외출 1

VI 외출 2

VII 개인시간

1259

phòng đôi 퐁 도이 2인실

⋯▸ Giá thuê phòng đôi bao nhiêu một đêm?

2인실 빌리는 가격은 하루에 얼마입니까?

1260

đồ lưu niệm 도 르우 니엠 기념품

⋯▸ Các bạn có thể mua đồ lưu niệm ở cửa hàng này.

여러분은 이 가게에서 기념품을 살 수 있습니다.

1261

danh lam thắng cảnh 자잉(얀) 람 탕 까잉(깐) 명승고적

⋯▸ Ở Hà Nội có nhiều danh lam thắng cảnh như chùa Một cột, lăng Bác Hồ v.v..

하노이에는 일주사, 호치민 묘소 등과 같은 많은 명승고적지가 있습니다.

1262

điểm đến 디엠 덴 목적지

⋯▸ Nha Trang có rất nhiều nơi đáng đi nên đã trở thành một điểm đến lý tưởng từ lâu.

냐짱은 갈 만한 곳이 매우 많아서 오래전부터 이상적인 목적지가 되었습니다.

1263

bình chọn 빙 쫀 선정하다

⋯▸ Hội An được bình chọn là thành phố du lịch hấp dẫn nhất trên thế giới.

호이안은 세계적으로 제일 매력적인 여행도시로 선정되었습니다.

tham quan 탐 꾸안 관광하다

⋯▸ Từ sáng mai chúng ta sẽ tham quan các phố cổ
nhé.

내일 아침부터 우리 옛 거리들을 관광하자.

Ⅰ 준비

Ⅱ 출근·등교

Ⅲ 사회생활

Ⅳ 집안일

Ⅴ 외출 1

Ⅵ 외출 2

Ⅶ 개인시간

1 단어에 해당하는 뜻을 오른쪽 보기에서 찾아 연결해 보세요.

❶ chương trình   ⓐ 쉬다

❷ hành lý   ⓑ 욕조

                              ⓒ 불면증

❷ bồn tắm

                              ⓓ 여권

❹ nghỉ ngơi

                              ⓔ 프로그램

❺ mất ngủ   ⓕ 짐

2 문맥상 빈칸에 들어갈 가장 알맞은 단어를 고르세요.

> **보기**
>
> đọc sách   hộ chiếu   báo   chung cư

❶ Tôi đã mua một căn hộ (   ) Vinhome.
나는 빈홈 아파트를 한 채 샀습니다.

❷ Sở thích của tôi là (   ).
나의 취미는 독서입니다.

❸ Nhớ mang theo (   ) nhé.
여권 챙기는 거 잊지 마.

3 단어에 해당하는 뜻을 써 보세요.

❶ sân bay   _____

❷ cân nặng   _____

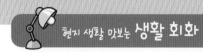
생활 속 회화

Nhân viên	Hành lý của chị quá cân rồi.
Lan	Ôi, quá mấy cân hả anh?
Nhân viên	Hai cân ạ.
Lan	Thế để tôi lấy mấy món đồ ra.

해석

직원 짐이 초과하였습니다.

란 이런. 몇 킬로그램 초과했나요?

직원 2kg입니다.

란 그럼 물건 몇 개를 좀 꺼내겠습니다.

단어 **hành lý** 짐 **quá cân** 초과하다 **cân** 킬로그램(kg) **lấy ra** 꺼내다
đồ 물건

(1) 가족명칭

ông nội
친할아버지

bà nội
친할머니

ông ngoại
외할아버지

bà ngoại
외할머니

bố / ba / cha
아버지

mẹ / má
어머니

chị gái
누나, 언니

em gái
여동생

anh trai
형, 오빠

em trai
남동생

con trai
아들

con gái
딸

con dâu
며느리

con rể
사위

cháu trai
손자, 남조카

cháu gái
손녀, 여조카

bố chồng
시아버지

mẹ chồng
시어머니

bố vợ
장인

mẹ vợ
장모

bác
큰아버지

bác gái
큰어머니, 큰고모

bác dượng
큰고모부

chú
작은아버지

thím
작은어머니

cô
작은고모

- [ ] **dượng**
  작은고모부
- [ ] **cậu**
  외삼촌
- [ ] **mợ**
  외숙모
- [ ] **dì**
  이모, 작은이모
- [ ] **dượng**
  이모부, 작은이모부
- [ ] **anh họ**
  사촌 형(오빠)
- [ ] **chị họ**
  사촌 누나(언니)
- [ ] **em họ**
  사촌 동생

(2) 지시사

	지시형용사	지시대명사	
이	này	đây	이것, 이 사람, 여기
저	kia	kia	저것, 저 사람, 저기
그	đó, ấy, đấy	đó, đấy	그것, 그 사람, 거기

(3) 인칭대명사

	단수	복수
1인칭	**tôi** 나 **em** 저	**chúng tôi** 우리(청자 제외) **chúng ta** 우리(청자 포함) **chúng em** 저희
2인칭	**anh** 형, 오빠 **chị** 누나, 언니 **em** 너, 동생 **bạn** 너, 친구	**các anh** 형, 오빠들 **các chị** 누나, 언니들 **các em** 동생들, 너희들 **các bạn** 친구들
3인칭	**anh ấy** 그 형, 오빠 **chị ấy** 그 누나, 언니 **em ấy** 그 동생, 그 애 **bạn ấy** 그 친구	**các anh ấy** 그 형, 오빠들 **các chị ấy** 그 누나, 언니들 **các em ấy** 그 동생들 **các bạn ấy** 그 친구들 **họ** 그들

(4) 구문

1	vừa A vừa B	A하면서 B하다
2	càng A càng B	A하면 할수록 B하다
3	không những A mà còn B nữa	A할 뿐만 아니라 B하기까지 하다
4	vì A nên B	A하기 때문에 그래서 B하다
5	bởi vì A cho nên B	A하기 때문에 그래서 B하다
6	nếu A thì B	만약에 A하면 B하다
7	khi A thì B	A할 때 B하다
8	tuy A nhưng B	비록 A하지만 B하다
9	mặc dù A nhưng B	비록 A하지만 B하다
10	cả A và B	A와 B 둘 다

찾아
보기

C

찾아보기

E

찾아보기

찾아보기

N

찾아보기

찾아보기

U

V

찾아보기

X